असं म्हणू नकोस

माधवी देसाई

मेहता पब्लिशिंग हाऊस

✆ +91 020-24476924 / 24460313

Email : info@mehtapublishinghouse.com
production@mehtapublishinghouse.com
sales@mehtapublishinghouse.com

Website : www.mehtapublishinghouse.com

- *या पुस्तकातील लेखकाची मते, घटना, वर्णने ही त्या लेखकाची असून त्याच्याशी प्रकाशक सहमत असतीलच असे नाही.*

ASA MAHNU NAKOS by MADHAVI DESAI

असं म्हणू नकोस : माधवी देसाई / कथासंग्रह

© सुरक्षित

मराठी पुस्तक प्रकाशनाचे हक्क, मेहता पब्लिशिंग हाऊस, पुणे.

प्रकाशक : सुनील अनिल मेहता, मेहता पब्लिशिंग हाऊस,
१९४१, सदाशिव पेठ, माडीवाले कॉलनी, पुणे - ४११०३०.

मुखपृष्ठ : चंद्रमोहन कुलकर्णी

प्रकाशनकाल : एप्रिल, १९९० / ऑगस्ट, २००१ / पुनर्मुद्रण : मे, २०१५

P Book ISBN 9788177661712
E Book ISBN 9788184987331
E Books available on : play.google.com/store/books
www.amazon.in

'माझा मोठा भाऊ,
कै. जयसिंगदादा (पेंढारकर)'

तुझ्या न पुसलेल्या स्मृतीस अर्पण -

मनोगत

'असं म्हणू नकोस' हा माझा दुसरा कथासंग्रह प्रकाशित होतो आहे. योगायोग असा की, 'कठपुतली' हा माझा पहिला कथासंग्रह, अरुणकुमार शेवते (अहमदनगर) यांनी प्रकाशित केला, त्या शेवतेंनीच 'असं म्हणू नकोस'मधल्या कथा उत्कर्ष प्रकाशनाचे श्री. सु. वा. जोशी यांच्या हाती सुपूर्द केल्या. श्री. जोशींचा 'लेखन पाठवा' असा निरोप माझ्यापर्यंत पोचला होता, पण प्रत्यक्ष दुवा मात्र अरुण शेवतेंनीच साधला.

१९८४ ते १९९० या मधल्या सहा वर्षांत कुठे ना कुठे दिवाळी अंकात मागणीनुसार कथा लिहीत गेले. त्या सर्वांचा संग्रह 'असं म्हणू नकोस' या रूपानं आज प्रकाशित होतो आहे. १९८५/८८ ही दोन-चार वर्षं प्रचंड उद्विग्न मन:स्थितीमधली गेली. जीवनात अचाट पर्वं आली. पटावरची प्यादीच नव्हे तर पटही तुफानात हरवून जावा आणि केविलवाणी प्यादी इथे तिथे तरंगत राहावीत, असा पाच-सहा वर्षांचा कालखंड. पण ज्यानं वेदना दिली, त्यानंच वेदना सोसण्याचे बळही दिलं. आपलं कुणीच नसतं. आपलं असतं, ते फक्त आपलं अस्तित्व, अशा कोरडेपणानं, अलिप्तपणे प्रत्येक व्यक्ती व घटना यांना पाहता येऊ लागलं आणि हे बळ मला लेखनानं दिलं. ज्याला शब्द, सूर, रंग समजलेले असतात त्याला आपसूकच वेदना पचवण्याची शक्तीही मिळते. लौकिक अर्थानं तो एकटा असेलही पण त्याला सोबत असते शब्दांची, सुरांची किंवा रंगांची! हिरव्या रंगालाच किती विविध रंगछटा असतात? सभोवताली, वेगवेगळ्या प्रहरी झाडापानावरून त्या ओसंडून वाहत असतात. चिमण्या, बुलबुल, साळुंख्या, कोकिळा यांच्यासह कुमारजी, किशोरी, गंगूबाई, भीमसेन अगर स्वरलतांचे नाद पानापानांवरून अणुरेणूतून झुलत असतात

आणि शब्दांनी सदैव सभोवताली फेर धरलेला असतो. या नादात रंगलेले आपण एकटे असतोच कधी?...

या अनुभूतीनं मी सतत लिहीत गेले. केवळ विरंगुळा म्हणून लेखनात गुंतले असे नाहीच. लेखन हा विरंगुळा होऊच शकत नाही. माझ्या अवतीभवती कौटुंबिक भावभावनांचे ताणतणाव अगर नात्यानात्यांमधली गूढता, अलिप्तता अगर तरलता मी बघत असते. अनेक युवती, प्रौढा, किशोर भेटतात.

'असं म्हणू नकोस'मधली चंदना पाटील एका संध्याकाळी अवचित भेटली. तिचं दु:ख, तिच्या प्रियकराला तिनं दिलेला सांगावा, माझ्या अंगणात त्यानंतर रेंगाळतच राहिला. 'झोपाळा' अगर 'पांगूळगाडा'मधल्या प्रौढ आजी माझ्या मनात घर करून गेल्या.

''तू नातवात विरंगुळा शोधतेस, पण विरंगुळा म्हणजे जीवन नव्हे. म्हणून जीवन म्हणजे काय हे शोध.''

असं आईला बजावणारी लेक— किंवा नवरा, मुलगी, नात ही पांगूळगाड्याची तीन चाकं घरंगळत जाताना बघणाऱ्या आजी, वंशाला दिवा लाभावा म्हणून घरात सवत आणणारी थोरली.

बिनदरवाजाच्या घरकुलामधली केविलवाणी तुळसा, पतीच्या जगातलं स्थान गमावलेली आणि घरचं सम्राज्ञीपण एकटी भोगताना उरी फुटलेली एक करुणा, बिऱ्हाड मांडण्याच्या कल्पनेनं मोहरलेली पण तो मांडण्याआधीच कोसळलेली ग्रामीण स्त्री, आसऱ्याची संचालिका रेणू, 'कैकेयी' हा छाप बसताच सैरभैर झालेली रजनी, जीवनाला पाठमोरी झालेली वसू... अशा अनेक जणी भेटत गेल्या. त्यांच्या वेदनेवर माझ्याजवळ तरी उपाय नाही. त्यांना समजून घेणारा समाज निर्माण व्हायला अजुनी शतकं जायला हवी आहेत किंवा तेल मागणाऱ्या अश्वत्थाम्यासारखी स्त्री जात किती वर्षं अशी वणवणत फिरणार आहे? असं वाटून मन उदास होत असे. युरोपच्या प्रवासात मनात उदास सावट पाडून गेलेली भव्य चर्चेस व चर्चबेल! त्या थंड हवेत हवीशी वाटणारी 'कापुचिना' आणि ती देणारी रोझी— भारताबद्दल अमाप विश्वास असणाऱ्या रोझीची कथा 'चर्चबेल'मध्ये साकारली. आईच्या सोबतीनं ठिकरीचा खेळ खेळणारी आणि एक दिवस स्वत:च 'आउट' झालेली मिनी! 'आई की बाबा?' या झुल्यावर हिंदकळणारा अभिजित आणि एका नदीच्या काठी दिसलेले भग्न हवेलीचे अवशेष यामधून गवसलेली 'मधुमती' तिनं घेतलेला वसा 'हवेली' या कथेतून उतरला.

आता हे लिहिताना जाणवलं की, बहुतांशी कथांची नायिका स्त्री आहे. या साऱ्या जणींनी अनेक प्रश्न समोर उभे केले. आपल्या व्यथा सांगितल्या. 'असं म्हणू नकोस'मधली चंदना त्यानंतर भेटलीच नाही. हे पुस्तक खरंतर तिला द्यायचं आहे.

त्या संध्याकाळी माझ्या खांद्यावर मान ठेवून रडता रडता, तिच्या कानामधली एक रिंग माझ्या घरातच पडलेली नंतर मला सापडली. बस्स, इतकीच खूण! या सर्व जणींना भेटून झाल्यानंतर मला वाटलं—

'तुम्ही बायांनो सामोऱ्या येता,
मनातल्या जखमा उकलत जाता
वेदनेवर उतारा मागत असता!
मीही सारं ऐकत असते
ऐकता ऐकता उसवत असते
मनातली जखम भळभळत असते.
तेलहळदीचा लेप लावू कसा?
वेदनेचा सागर भरू कसा?
दु:खानं भरलाय सर्वांचा पसा!
स्त्री जन्माचा घेतलाय ना वसा!'

असं मनाशी म्हणत त्यांच्या वेदनेवर उतारा शोधणारी आणि त्यांच्यासाठी काहीतरी करावं असं वाटणारी, पण काहीच करू न शकणारी, अशी मी.

मग त्यांना मी माझ्या कथांमधून सर्वांसमोर मांडत गेले. कुणी कुणाच्या दु:खाचा भार वाहू म्हटलं तर ते शक्य नाही. प्रत्येकानं आपला क्रूस आपल्या खांद्यावर वाहतच प्रवास करायचा असतो. कुणी आपल्या दु:खात सहभागी व्हावं ही अपेक्षाही चूकच आहे. जग जलदगतीनं पुढं सरकत असतं. प्रत्येक क्षणाला नवीन घटना व त्या घटनेचं नावीन्य, यात जग पुढं धावत असतं. आपण असे धावू शकत नाही किंवा कोरडेही होऊ शकत नाही. या प्रचंड विश्वामधला एक कण असतो आपण! पण त्या कणातही एक ईश्वरी अंश असतो. या ईश्वरी अंशानं इतर काही केलं नाही, तरी दुसऱ्याचं भलं मागावं, चांगल्याची इच्छा करावी. याखेरीज आपल्या हाती काहीच नसतं, या भावनेतून या सर्व कथा साकार झाल्या आहेत.

घटस्फोटाच्या उंबरठ्यावर उभे असलेले अनेक संसार— आणि यामधली धास्तावलेली मुलं— आईबाबांच्या संसारात, बाबाच हरवतात मग आईचं दु:ख वाटून घेणारी, अकाली प्रौढ झालेली मुग्धा, खूप चांगले संस्कार देऊनसुद्धा— समाजाच्या प्रलोभनाला बळी पडलेला व झटपट श्रीमंत होण्याचं स्वप्न बघणारा एखादा वंशाचा दिवा, वेड्या आईला जपणारी किशोरी— ही साऱ्या अवस्थेमधली मुलं मला विलक्षण अस्वस्थ करून गेली. थोडंसं वास्तव मग कल्पनेनं वातावरणनिर्मिती व माझ्या दृष्टिकोनामधून त्यांची उकल— असं या कथांचं स्वरूप आहे.

मी कुणी मोठी साहित्यिका नाही किंवा साहित्याचा अभ्यास करणारी कुणी विदुषीही नाही. माझ्या उणिवांची मला पूर्ण जाणीव आहे. 'नाच गं घुमा' हे माझं

सातवं पुस्तक चंद्रकला प्रकाशनानं प्रकाशित केलं. हा सातवा सूर करुण होता, आर्त होता. वाचकांच्या मनाशी जाऊन भिडला. त्यानंतर, 'असं म्हणू नकोस' या पुस्तकाची पहिली आवृत्ती श्री. सु. वा. जोशी (उत्कर्ष प्रकाशन) यांनी प्रकाशित केली. त्यांची व त्यापूर्वीचे मेहता प्रकाशन, पैरू प्रकाशन, चंद्रकला प्रकाशन या सर्वांची मी ऋणी आहे. केवळ प्रकाशक व लेखक इतकंच त्यांचं माझं नातं न राहता— ती सर्व प्रकाशनगृहं— माझी कुटुंबीय मंडळीच आहेत.

'कठपुतली' ही माझी पहिली कथा, कोवाड गावात आलेला कठपुतलीवाला गोपाळ! त्या समूहात त्याच्या वेगळेपणानं मनाला स्पर्शून गेला. कसे कोण जाणे, मी त्याची व्यथा कथेत मांडली व ती कथा प्रथम वाचली पद्मश्री रणजित देसाई यांनी.

''तू चांगलं लिहू शकशील. भाषा चांगली आहे,'' असं ते त्या वेळी म्हणाले.

''तुझी पत्रं छान असतात पण तुमची भाषा म्हणजे लोण्यावर साखर पेरलेली! आमचं तसं नाही.'' असं माझे वडील— ती. बाबा— तथा श्री. भालजी पेंढारकर म्हणाले होते. त्या वेळी गोव्यामधून मी त्यांना खूप पत्रं पाठवायची.

''तुला स्वत:ची शैली आहे की नाही? वि. स. खांडेकर किंवा रणजित देसाई यांच्यामध्येच तू अजूनी आहेस बघ.'' इति सुविद्य सुकन्या सौ. यशोधरा भोसले.

''शाळेत असताना निबंध बरे लिहायची पण लेखिका होईल असं वाटत नव्हतं.''

असं माझी आई— सौ. लीलाबाई पेंढारकर भाबडेपणानं सांगत असते.

बेळगावच्या सौ. सुधाताई मराठे व श्री. राजाभाऊ मराठे यांनी नेहमीच माझ्या लेखनावर प्रेम केलं व लिहिण्यास प्रोत्साहन दिलं. त्यांचे आभार मानणं शब्दापलीकडचं आहे.

आणि या सर्वांमधून न सांगता, न बोलता, चूपचाप या जगामधून निघून गेलेला माझा मोठा भाऊ— कै. जयसिंग पेंढारकर, जणू जुळी भावंडंच असे आम्ही दोघं. आमचं दिसणं, बोलणं, विचार, वागणं, समाजासाठी सतत धडपडणं— असे अनेक गुण सारखे आहेत. हा कथासंग्रह मी त्याला— त्याच्या कार्याला— त्याच्या स्मृतीस भरल्या अंत:करणानं अर्पण करते आहे.

ज्या वाचकांनी पत्ररूपानं मला सतत सोबत, कधी एकटं वाटू दिलं नाही, त्या वाचकांच्या स्नेहाची मी सदैव ऋणी आहे.

उणिवांची जाणीव आहे. याही कथासंग्रहाचं प्रेमानं स्वागत होईल हा विश्वास! आधुनिक शैलीत सादर होणाऱ्या कथादालनात आज हे 'इवलेसे रोपू' लावते आहे.

धन्यवाद.

– माधवी देसाई

अनुक्रमणिका

असं म्हणू नकोस / १

कैकेयी / १०

चर्चबेल / २२

घरकुल / ३२

पांगुळगाडा / ४३

हवेली / ५६

आसरा / ६५

बेइमान / ७५

पाठमोरी / ८६

सम्राज्ञी / ९८

बिऱ्हाड / १०७

थोरली / ११६

निर्धार / १२६

झोपाळा / १३६

तिठा / १४९

असं म्हणू नकोस

अगदी कलत्या तिन्हीसांजेला, तिरप्या उन्हाच्या रेषेसारखी ती अचानक माझ्या अंगणात येऊन उभी राहिली. मी माझ्या बॉनसायच्या ठेंगण्या वडा-पिंपळाची निगा राखत बसले होते. हातात कात्री, बाजूला पाण्याची झारी, खुरपे पसरलेले.

"नमस्ते ताई, बागकाम चाललंय?"

प्रश्नासरशी मी मान वर करून बघितलं. चवळीच्या शेंगेसारखी लवलवीत बांध्याची. बदामी डोळ्यांची, गोल चेहऱ्याची एक युवती, हसतमुखानं मला विचारत होती. मी तिला प्रथमच बघत होते. पण तिच्या चेहऱ्यावर तर असा भाव होता की, तिची माझी खूप जुनी ओळख! कुठे बरं पाहिलंय हिला?

मी विचार करू लागले. माझ्या मनातला प्रश्न ओळखून तीच म्हणाली,

"अंहं. विचार नका करू. मी प्रथमच भेटतेय तुम्हाला." तसा माझा जीव भांड्यात पडला. उगीच ओळख लागलीच नसती तर पंचाईत झाली असती, तिची आणि माझीसुद्धा. छोटं स्टूल पुढं सरसावत मी तिला म्हणाले, "बैस ना!"

ती म्हणाली, "थँक्स. तुम्ही मला नेहमी भेटता. तुमच्या लेखांमधून. कवितांमधून. तुम्ही जे जे लिहिता, ते ते सारं मी वाचते. आवडतं मला. पण आज का आले सांगू? कालच रात्री तुमचं 'नाच गं घुमा' वाचून संपवलं आणि ठरवलंच आज शाळा सुटली की ताईंना भेटायचंच. खूप आवडलं मला. बायकांचा जन्मच वाईट ना ताई? स्त्री मग ती कोणतीही स्त्री असो, तिचं दुःख, वेदना, तिच्यावर होणारा अन्याय, हे एकच असतं ना? तिथे श्रीमंत, गरीब हा फरक नाहीच."

मी तिच्याकडे बघून हसले.

"दुःख ते दुःख! दुःख कधी श्रीमंत गरीब नसतं, ते खरं आहे ताई, पण स्त्रीनं

असं मुकाट बळी जाऊ नये असं वाटतं मला. का म्हणून समाजानं तिला असं पायाच्या अंगठ्याखाली चिरडून टाकावं?

"वापरावं अन् फेकून द्यावं? अन् तिनं आवाजही काढू नये? शेवटी हे किती दिवस चालणार?" ती खूप आवेशानं बोलली आणि हलकेच मंद आवाजात म्हणाली,

"माफ करा ताई. तुम्ही किती मोठ्या? आणि मी लागले ना भाषण द्यायला? माझ्या मैत्रिणीसमोर बोलते तशी."

"मोठी कसली गं? हं! वयानं असेन मोठी पण अनुभवानं तुम्ही आताच्या मुली, आमच्यापेक्षा मोठ्या आहात बघ!" माझ्या या बोलण्यावर ती हसली. ते हसणं ऐकून मी मनातून शहारून गेले. एखादी सतारधून ऐकून अलगद मोरपीस फिरवल्यागत शहारा यावा तसं ते हसणं, माझ्या अंगणातून ओसंडत गेलं. काही वेळ स्तब्धतेतच गेला. माझ्या बॉनसायच्या पॉट्सकडे बघत तिनं विचारलं,

"ताई, तुमच्या या पॉटमधला वड, पिंपळ आणि हा आंबा असा ठेंगणाच राहणार आता."

"हो ना!" मी उत्साहानं म्हणाले. तिला सांगू लागले,

"या प्रकाराचं नाव आहे बॉनसाय. मुद्दामच पसरट कुंड्या घ्यायच्या. रोपं शोधून त्यात लावायची. थोडी वाढली की मुळं छाटत राहायचं. खत, पाणी, ऊन सारं प्रमाणात द्यायचं. अगं, चक्क फळं, फुलंही येतात." ती मात्र गंभीरपणानं त्या झाडाकडे बघत म्हणाली.

"म्हणजे ताई! आपणा भारतीय स्त्रियांसारखीच ना ही झाडांची कथा?"

"म्हणजे?"

"म्हणजे असं ताई, आपल्याही राज्यघटनेनं सारे हक्क, अधिकार दिलेत. कायद्यानं संरक्षण दिलं आहे. पण ज्या समाजात आपण वाढतो आहोत ना, तोच मुळी आहे पसरट अन् उथळ, म्हणजे खोलवर मुळं तर रुजणार नाहीतच आणि समजा रुजली आणि वाढलोच आपण, तर समाजपुरुष बसलाच आहे ना कात्री घेऊन! आपण जरा वाढलो अन् वाढलो की छाटलीच मुळं! मग आपण होतो अशा बुटक्या! या पॉटमधल्या वडा-पिंपळासारख्या.

"आणि ताई, खतपाणी तर घालतातच. कारण फुलं, फळं दिली नाहीत तर स्त्रीचा उपयोग कोणता? हेच तर आहे ना तुमच्या नाच गं घुमात?"

तिचं बोलणं ऐकून माझ्या हातातली कात्रीच थबकली. त्या मुलीसमोर माझं पार 'बॉनसाय' झालं होतं. बॉनसायचा हा अर्थ मलाच नवा होता. आजवर हा विचार कधी मनातही आला नव्हता. या एवढ्याशा मुलीनं मला पार निरुत्तर केलं होतं. मी विचारात गढलेली बघून तीच हसून म्हणाली,

"रागावलात ताई? मनात म्हणत असाल की ही कोण आगाऊ, आगंतुक भेटलीय आज? चंदना नाव माझं ताई. चंदना पाटील. आहे शिक्षिका, पण अशी जगावेगळी."

मी आश्चर्यानं त्या जगावेगळ्या मुलीला बघत होते. त्या संध्याछायेत ती एखाद्या ठसठशीत रेषेसारखी दिसत होती. एखाद्या धगधगीत पलाशफुलांनी डवरलेल्या शाखेसारखी. ती चंदना!

'नाव किती विसंगत!
ही तर सौदामिनी.'

माझ्या मनात विजेसारखा विचार आला. ती बोलतच होती.

"ताई, रंगीत चिमण्यांना, पोपटांना पिंजऱ्यात कोंडून ठेवलेलं बघितलं की माझा जीव घुसमटतो बघा. माणसाला कुणी दिला हा अधिकार? पाखराचं स्वातंत्र्य हिरावून घेण्याचा? परवा म्हैसूरला गेले पण प्राणिसंग्रहालय बघायला नाही गेले आणि ताई, फुलदाणीत फुलं घालून टेबलावर ठेवतात, तेव्हा रडूच येतं मला. निसर्गाची फुलदाणी केवढी मोठी ना? केवढी रंगसंगती? ते सोडून, त्या फुलांना कोंबायचं, एवढ्याशा त्या फुलदाणीत. माणूस फार विचित्र प्राणी बघा. माणसावर अन्याय तर करतोच आणि निसर्गावरही."

त्या भेटीनंतर चंदना खूप दिवस आलीच नाही. संध्याकाळ अंगणात उतरली की चंदनाची मला हटकून आठवण यायची. ती गेली तरी ते बोलणं, चंदनासारखं झिरपत इथे, तिथे, पानाफुलांवर, बॉनसाय पॉटमधल्या ठेंगण्या वडा-पिंपळावर, माझ्या मनावर एक प्रकारचं गूढ असं सावट ठेवून गेलं होतं. मी तिचा पत्ता विचारलाच नव्हता. तिनंही सांगितला नव्हता.

'चंदना. चंदना पाटील. जगावेगळी.' इतकंच! कितीतरी वेळा तिचं ते मंद आवाजातलं बोलणं माझ्या मनात घोळत असायचं. मंद घंटानादासारखं. न जाणवता. तिचा विचार माझ्या मनात अधूनमधून यायचाच. बॉनसायच्या पॉटसमोरची उंच, लवलवीत बांध्याची चंदना!

आणि अचानक एका संध्याकाळी ती पुन्हा आली. मी माझ्या दारातल्या डौलदार आंब्याच्या पारावर टेकलेली. माझ्या हातात अमृता प्रीतमचं 'रसिदी टिकट.'

"नमस्कार ताई. ओळखलंत?" चंदना.

"ये. ये गं. बैस अशी!"

तिनं बाजूलाच बैठक घातली. आज नूर वेगळाच होता. अंगावर कोरी साडी, हात भरून बांगड्या, कुंकवाचा गोल जरा ठसठशीत, मोठाच. वेणीत भला मोठा गजरा. माझं निरखून पाहणं संपलं अन् माझ्या हातातल्या पुस्तकाकडे बोट दाखवून म्हणाली,

"रसिदी टिकट, अमृता प्रीतमचं ना?"

"तू वाचलंस?" मी आश्चर्यानं विचारलं.

"हो ताई. तिची प्रत्येक ओळ म्हणजे एक कविताच असते ना? तिची झेप कुणालाच नाही जमणारी."

मी स्तब्धच. तीच म्हणाली, "मी खूप वाचते ताई आणि ही संधी दिल्याबद्दल शासनाचे मनोमन आभारही मानते."

तिच्या गंभीर चेहऱ्याआडचा मिस्कील भाव मला जाणवला.

"आभार? आभार कशासाठी गं?"

"तर काय?" ती म्हणाली.

"आता बघा ताई, मी आहे मराठी भाषिक आणि माझी बदली केलीये चक्क कानडी शाळेत. मला कानडी येत नाही अन् पोरांना मराठी समजत नाही. मराठीनं केला कानडी भ्रतार. तसं झालंय."

"अगं, मग तक्रार करायची."

"किती वेळा? दमले ताई, तक्रार अर्ज झाले, विनंती अर्ज झाले; पण उत्तर नाही. साधी पोचही नाही."

"मग?"

"मग काय? हेडमास्तर म्हणतात, तुमचं काय जातंय? नेमलं आहे ना तुम्हाला? मग येत चला. शिकवायला येत नाही? मग... नका शिकवू. निदान हा पोरवडा राखत बसा. आणि मी काय करते सांगू ताई?"

"काय?" अभावितपणे मीपण आता तिच्या कथेसोबत पुढं चालले होते.

"मग मी... तो सारा पोरवडा घेऊन शाळेसमोरच्या हिरव्या माळावर जाते. मुलांना कबड्डी शिकवते. सूरपारंब्या शिकवते. मुलं बेदम खेळतात आणि झाडाखाली बसून मी भरपूर वाचते. शासनाचे भरपूर आभार मानते. पण खरं सांगू ताई? काम न करताना, असा पगार घेताना लाज वाटते बघा मनातून. पण आपलं शासन झालंय बहिरं आणि आंधळं! म्हणून तर आंधळं दळतंय आणि कुत्रं पीठ खातंय आणि मी मात्र वाचते."

खारीसारखे डोळे मिचकावत ती मोठ्यानं हसली. पण आजची सतारधून पार वरच्या सप्तकात शिरून आंब्याच्या शेंड्यावरून पार घरंगळत अंगणभर पसरली. तीच मग सावरून म्हणाली,

"पाहा ताई, मी काय सांगायला आले आणि काय सांगत बसले? हसत असाल ना मनातून? ओळखा पाहू? आज मी काय सांगायला आले?"

मी बुचकळ्यात पडले. ही जगावेगळी मुलगी काय सांगेल? तीच मग म्हणाली,

"नाहीच कल्पना करता येणार. ताई, पंधरा दिवसांपूर्वी मी चक्क लग्न केलं."

"अगं, मग कळवायचं नाही? आले असते मी."

"पण लग्न करायचं असं ठरलंच नव्हतं. दर शनिवारी जातो, तसे आम्ही दोघं फिरायला गेलो होतो, वैजनाथवर. त्यानं मनातून ठरवलंच होतं वाटतं. महादेवाच्या साक्षीनं त्यानं मला कुंकू लावलं. मंगळसूत्र घातलं आणि पिशवीतून आणलेले हार घातले एकमेकांना आणि लग्न झालं."

एखाद्या लहान मुलानं गोष्ट संपवावी त्या सुरात ती म्हणाली.

"आणि?"

तरीही तिच्या कथेतच मी अडकलेली. "आणि काय होणार? मग आईनं, भावानं घरात घेतलं नाही. मग त्यानं आणि मी एका खोलीत संसार थाटला."

"अगं, पण तो कोण?"

"तो? नरू. नरोत्तम. माझा शेजारी. बालमित्र आणि आता नवरा."

"पण तो काय करतो?"

"नोकरी करतो. बी.डी.ओ. ऑफिसात आणि मी शिक्षिका. पोटापुरतं पुरे झालं; पण ताई नरूनं अजूनही या लग्नाचं घरी सांगितलंच नाही."

"का?"

"त्याच्या घरचे लोक मला पसंत करत नाहीत. शेतीवाडी, घरचा धंदा, घरात आई, वडील, भाऊ, भावजया, तालेवर माणसं आणि आम्ही असे. हातावरचं पोट. राबून मिळवून खाणारे."

ते सारं ऐकून मी सुन्नच!

या पोरीनं हे काय करून घेतलं? हा नरू कोण? आणि हे महादेवाच्या साक्षीनं लग्न काय? भावनेच्या भरात हिनं अशी चूक केलीच कशी? त्या घरच्यांनी हिला आपली मानली नाही तर? उद्या हिचा नरूच बदलला तर? मनात अनेक प्रश्न! बराच वेळ असा शांततेचा गेला. मग तीही विचारातून जागी होत म्हणाली,

"ताई, माणसानं ही जात का हो बनवली असेल? श्रीमंत-गरीब, उच्च-नीच, समानतेच्या नुसत्या घोषणा किंवा कथा-कीर्तनंच का व्हावीत? माणूस माणसासारखा का वागत नाही हो? हे सारं बघून भीतीनं मन गारठूनच जातं बघा. हे असंच चालायचं आणि आपण तरी काय करतो? खंत करतो नुसती. पण ताई माझा नरू तसा नाही हं! तो नाही जातपात मानणारा. म्हणून तर लग्न केलं ना माझ्याशी? मला घर, संसार दिला. खूप आनंदात आहे मी. तुमच्या कथेच्या नायिका दुःखी असतात. पण ही चंदना बघा, अ हॅपी बर्ड!"

खरंच तिचा आनंद नुसता भरभरून वाहत होता. सांजवाऱ्यानं इथे तिथे लहरत होता. तिच्या आनंदाचा भंग करावा असं मला वाटत नव्हतं; पण काळजीचा भुंगा माझ्या मनात घर करून होता. मी विचारलं,

"हे सारं खरं चंदना, पण केवळ भावनेवर जगता येत नाही. चिमणा-चिमणीसारखं माणूस जगू शकत नाही. कारण माणसांच्या या जगात, व्यवहार आधी, कायदा आधी आणि उरल्याच तर मग भावना. तुझ्या लग्नात ना भटजी, ना सगेसोयरे. फक्त महादेव! जो, बोलतच नाही. मी तुला समजू शकते चंदना, कारण मनस्वी माणसं या चुका करतात आणि सजाही भोगतात. सारे अनुभव घेऊनच मी सांगते तुला चंदना, माणसासारखा रंग बदलणारा दुसरा प्राणी नाही या जगात."

"पण माझा नरू तसा नाही ताई?" ती पूर्ण विश्वासानं म्हणाली, "तो घरी सांगणार आहे. पण तो म्हणतो की वेळ आली की सांगेन. सारं जग बदलेल एकवेळ पण माझा नरू नाही बदलणार. तसं कशाला? तुम्हाला मी माझ्या घरी न्यायलाच आलेय आज. तुम्ही भेटा त्याला. बघा ताई, किती चांगला आहे तो. कधी येता?"

तिच्या चेहऱ्यावरून आनंद आणि डोळ्यांतून विश्वास चमकत होता.

"येईन मी. पण उद्या. चालेल?"

उद्या संध्याकाळी चंदनाच्या घरी मी जाणार होते. पण रात्रभर झोपले नव्हते. जुईच्या फुलासारखं सुगंधाच्या भारानं वाकलेलं, एक नाजूक स्वप्न चंदनाच्या रूपानं अवचित समोर उभं झालं होतं. तिचं भावुक मन, मनस्वी जिद्द, सारं मला विलक्षण आव्हान करत होतं. काटेरी तारेवर पडलेलं हे स्वप्न! याचा शेवट काय होणार?

नरूनं घरी न सांगताच परस्पर खोलीवर कसं ठेवलं?

जपेल ना तो या मनस्वी मुलीला?

की?

कदाचित...?

आणि इथेच माझे विचार थांबून जात होते.

चंदनाचा एका खोलीतला संसार टापटिपीचा होता. स्वच्छ खोली, मोजकंच सामान आणि नरूच्या प्रेमात आकंठ बुडालेली चंदना! किती बोलू अन् किती नको, किती सांगू न् किती नको अशी तिची चिवचिव अखंड सुरू होती. खूप वेळ बसले पण नरू आलाच नाही.

"तुमची आणि नरूची भेट झाली नाही."

मला निरोप देता-देता ती म्हणाली.

त्यानंतर बरेच दिवस चंदना आलीच नाही. अधूनमधून मला आठवण यायची. भरदुपारची वेळ. आकाशभर पांढऱ्या ढगांचे पुंजके वेगवेगळे आकार घेऊन तटस्थ होते.

'यामधला कोणता आकार खरा?'

हा की तो?

पण... त्यापूर्वी हे आकाश!

हे तरी खरं आहे का? जर नसेल तर मग खरं काय?

खरं? खोटं?

कसं पारखायचं?

या विचारात शून्यमनस्क अशी मी उभी होते. गेले दोन दिवस मन उगीचच अस्वस्थ! कारण समजत नव्हतं.

एक पोरगेलासा मुलगा, सायकल गेटजवळ लावून आत आला.

"ताई, चंदनानं बोलावलंय."

"मला?"

"हो."

"कुठे?"

"सिव्हिल हॉस्पिटलमध्ये."

"पण झालं काय? काय झालं चंदनाला?"

"तिनं जाळून घेतलंय."

"जाळून? पण का? काय झालं? जिवाला धोका आहे?"

"चंदना, जगणार नाही ताई. त्या नाऱ्यानं बळी घेतला माझ्या बहिणीचा." तो त्वेषानं बोलला.

"त्यानं जाळलं?"

"नाही. त्यानं दुसरं लग्न ठरवलं. श्रीमंताघरची मुलगी बघून. घरच्या माणसांसाठी."

"अरेरे! तरी मला वाटलं होतंच, पण चंदनाचा खूप विश्वास त्याच्यावर." मी नकळत बोलून गेले.

"आम्हीही खूप सांगत होतो. पण ऐकलं नाही तिनं. अहो, हा नरू! सगळी गल्ली ओळखते त्याला. वाया गेलेला माणूस म्हणून! त्याच्या घरचे पैशानं मस्तीला आलेत. या माणसांशी आपण जवळीक करावीच कशाला?"

"पैसा असला तरी वृत्ती चांगली पाहिजे ना ताई?"

मी दरवाजाला कुलूप लावून, त्याच्यासोबत जायला निघाले. गेटपाशी तो म्हणाला,

"ताई, तिला सांगा की, एक खरा खरा कबुलीजबाब दे. त्या सर्वांना खडी फोडायला पाठवतो."

"ती काय म्हणते?"

"काय म्हणणार? दवाखान्यात शेजाऱ्यांनी आणली, तेव्हा आला तो भेटायला.

रडला. काहीतरी बोलला तिच्याशी. तेव्हापासून हिनं तोंड घट्ट मिटून घेतलंय. पण मला माहिती आहे ना? ही पाहा नरूच्या लग्नाची पत्रिका. आता हे राजरोसपणे लग्न करतोय. मग ही कोण?'' तो म्हणाला.

'खरंच ही कोण त्याची?'

'तिच्या लग्नाचा साक्षीदार फक्त महादेव.'

तो बोलणार थोडाच?

आणि महादेव तो तरी... कुठे आहे... तोच जाणे?

रिक्षातून जाता जाता मनात प्रश्नच प्रश्न!

पांढऱ्या चादरीवर पार करपलेली चंदना पडली होती.

तिला बघून काळजाचा ठोकाच चुकला. गळा, छाती, हात, पाय, गालाजवळचा भाग, सारं सारं आगीनं गिळण्याचा प्रयत्न केल्याच्या खुणा बघून मन थरकून गेलं. कॉटजवळच्या खुर्चीवर बसत मी हाक मारली,

''चंदना.''

तिनं कष्टानं डोळे उघडले. डोळे बचावले होते. त्या डोळ्यातल्या तेजाला अग्नी स्पर्श करू शकला नव्हता. त्या डोळ्यांमधून अश्रूंची झरणी लागली होती. सारं शरीर जळालेलं, आणि आत... अगदी आतपासून फुटला होता, तो अश्रूंचा उमाळा. तो भरभरून वाहत होता. गालावरून उशीवर टपटपत होता. बांध फुटून वाहावा तसा. मलाही रडू आवरत नव्हतं.

स्त्रीनं अन्याय मुकाट का सोसावा?

असं मुकाट बळी जाऊ नये!

का म्हणून समाजपुरुषानं तिला असं अंगठ्याखाली दाबून ठेवावं, वापरावं आणि फेकून द्यावं?

हे सारे प्रश्न पहिल्याच भेटीत मला आवेशानं विचारणारी चंदना...

तिचं हे काय झालं होतं? मी म्हणाले, ''चंदना, हे काय करून घेतलंस? कशासाठी?''

''ताई नरू लग्न करतोय दुसरं. समजलं तुम्हाला? करू दे ताई. त्यासाठी माझं काही म्हणणं नाही. कारण प्रेम मी केलं आहे. महादेव साक्षी आहे त्याला, ते लग्नबंधन मी जन्मभर जपेन. लोक वाट्टेल ते बोलतील. तेही मी सोसेन पण ताई नरूच म्हणाला.''

''काय म्हणाला?''

या माझ्या प्रश्नासरशी ती पुन्हा रडायला लागली. त्या रडण्याचा तिला त्रास होत होता.

“रडू नकोस चंदना!”

“ताई, नरू म्हणतो की ते लग्न खोटं होतं. मला तुझ्याशी लग्न करायचंच नव्हतं. तूच गळ्यात पडलीस. तुझ्याशी झालेल्या लग्नाला पुरावा काय? ताई, प्रेम काय पुरावा बाळगतं? प्रेम बाळगतं तो विश्वास. तेही जाऊ दे ताई. पण नरू म्हणाला, तुझ्यासारख्या पोरी रखेली व्हायलाच योग्य असतात. तुझी लायकीच नाही माझी बायको होण्याची. तू काय, आज माझ्याशी लग्न केलंस, आणखी दहा लग्नं करशील. ते का? केलीही असशील.”

भावनावेगानं ती मोठ्यानं रडायला लागली. नर्स धावत आली.

“रडू नको.”

करड्या आवाजात सांगून गेली. भावनावेग आवरून ती सावकाश म्हणाली,

“ताई, मी समाजाला घाबरत नाही. मला काय देणं न् घेणं कुणाचं? पण नरू- ज्याच्या पायावर देवाच्या साक्षीनं सर्वस्व अर्पण केलं, त्यानं... मला रखेली म्हणावं? त्याला सांगा ताई, असं म्हणू नकोस. मला सोसवलं नाही. जर त्यानंच असा संशय घेतला तर मी जगायचं कुणासाठी? कुणाच्या आधारावर?”

एक भयानक शांतता, जीव गोठवणारी. तिचा भंग करत ती संथ आवाजात म्हणाली,

“मी कबुलीजबाब देणार नाही. प्रेम मी केलंय ताई. त्यानंही प्रेम करावं हा माझा आग्रह नाही. सुखी राहू दे त्याला. मी माझं लग्नबंधन शेवटपर्यंत जपलंय.”

“ताई, एकदा भेटा नरूला. भेटाल? त्याला सांगा, या चंदनानं फक्त त्याच्यावर प्रेम केलं. तिला समजून घे. पण तिला वाईट म्हणू नकोस. सांगाल?”

तिच्या अंत:करणातला सारा उमाळा वाहता वाहता अचानक थांबला. शरीर आणि मन एकदम शुष्क, काष्ठवत झालं. माझा हात तिच्या हातात होता. मी हलकेच हात सोडवून घेतला. अर्धे उघडे डोळे माझ्या हातानं मिटले. मी तिला बघत होते.

धगधगती पलाशफुलं... मातीत गळून पडली होती आणि मोकळ्या फांदीवर लटकत होती, चंदनाच्या स्वप्नांची कलेवरं.

झाड पूर्ण कोसळून आडवं झालं होतं.

मी डोळे मिटून घेतले. साऱ्या स्वप्नांची शोकांतिकाच का होते?

चंदनाला नागानं विळखा का घातलेला असतो. मला उत्तर मिळत नव्हतं. मी तिच्या नरूला कधीही भेटणार नव्हते. पण माझ्या मनात आणि घरादारात, तिचा निरोप मात्र सतत सादवत होता. त्याला सांगा ताई,

‘असं म्हणू नकोस!

म्हणू नकोस.’

◆

कैकेयी

टीचर्सरूममध्ये रजनी शिरली. आज उशीर झाला होता. मुली मैदानावर प्रार्थनेसाठी उभ्या होत्या. रजनीला स्वत:ला कधी उशीर झालेला आवडत नसे. तिनं हातातली पिशवी टेबलावर ठेवली. चॉक, डस्टर घेऊन ती मैदानाकडे जायला वळणार तोच तिचं लक्ष टेबलावर ठेवलेल्या एका पत्राकडे गेलं. शुभ्र लिफाफा अन् त्यावर लपेटदार अक्षरात तिचं नाव लिहिलं होतं. 'रजनी देशमुख.' रजनीचं मन थरकून गेलं. म्हणजे 'त्या' पत्राचं उत्तर आलं? तिनं इकडेतिकडे बघितलं. सारेच गडबडीत होते. तिनं ते पत्र चटकन पर्समध्ये ठेवलं.

''सारे जहाँ से अच्छा हिंदोस्ता हमारा!''

साऱ्या मुली एकसुरात प्रार्थना म्हणत होत्या. सर्व वयाच्या, सर्व गटाच्या, सर्व थरातल्या त्या मुली बघून रजनीचं मन नेहमीच भरून यायचं. आज निरागस कळ्या, उद्याच्या उमलण्याची वाट पाहणाऱ्या... कोण जाणे... कोणतं फूल कुठे जाणार आहे?

देवावर?

वेलीवर?

की... उमललेल्या जागीच सुकलेल्या फुलासारख्या?

रजनीसारख्या?

या मुलींना बघताना रजनीचं मन नेहमीच मायेनं भरून यायचं. त्यांना शिकवताना, त्यांच्याशी बोलताना तिचं मन त्यांच्याशी विलक्षण समरस व्हायचं. तिचं बोलणं-वागणं-शिकवणं सारंच मुलींना आवडायचं. तिच्यासभोवती नेहमी मुलींचा गराडा असे. शाळेत एकदा आली की रजनी स्वत:लाच विसरत असे.

आज रजनी तिथे उभी होती. मन मात्र त्या लिफाफ्यात अडकलं होतं. गेली पंधरा वर्षं ती शिकवत होती. पण मन कधीच असं बेचैन झालं नव्हतं.

तशी ती बेचैन होती गेला आठवडाभर! गेल्या पस्तीस वर्षांत तिनं आई-बाबांना न सांगता कोणतीच गोष्ट केली नव्हती. मग मागच्या पंधरवड्यात तिनं ती जाहिरात वाचली होती.

'वधू पाहिजे... देशस्थ.' वय पस्तीसपर्यंत असावं. सुशिक्षित व एका मुलीसह संसार करू इच्छिणाऱ्यांनी पुढील पत्त्यावर पत्रव्यवहार करावा. वर पदवीधर, उत्तम नोकरी, वय चाळीस, खाली पत्ता दिला होता.

रजनीनं कुणालाच न सांगता त्या पत्त्यावर पत्र पाठवलं होतं. शाळेच्या पत्त्यावर उत्तर मागवलं होतं. आता तिचं लग्न होणारच नाही, या समजुतीत आई-बाबा निर्धास्त होते. धाकट्या बहिणी लग्न करून सासरी गेल्या होत्या. भावानं नोकरीनिमित्त वहिनीसह परगावी बिऱ्हाड केलं होतं. घरी रजनी, आई आणि बाबा! बाबांची पेन्शन अन् रजनीचा पगार. मजेत राहत होते सारे. रजनीला घरचं काम काहीच करावं लागत नव्हतं. फक्त अकरा ते पाच शाळा आणि त्याचाच तर तिला उबग आला होता. स्वतःचं घर, स्वतःचा संसार कधी असणार नव्हता का? इतर प्रौढ कुमारिकांसारखंच हळूहळू ती उदासत चालली होती. सोमवार, संकष्ट्या करत होती.

'येत्या रविवारी पंचवीस तारीख आहे. मी दिवसभर मोकळी असेन. आपणही सवड काढून त्या दिवशी घरी यावं... आईनं प्रत्यक्ष आपल्याला पाहणं जरूर आहे. नंतर आपण बाहेर जाऊ. या वयात लग्न करताना परस्परांशी बोलणं फार महत्त्वाचं आहे असं मला वाटतं. मला वाटतं हे आपल्यालाही पटावं. मग रविवारी वाट पाहू? आपला - शरद देशपांडे'

ते पत्र रजनीला पाठ झालं होतं. वाट पाहू? आपला... आपला?

आज सोमवार...

शनिवारपर्यंत तिनं अनेकदा ती अक्षरं न वाचता नजरेसमोर आणली होती.

रविवारी तिची गडबड बघून आईनं विचारलं.

"सकाळी कुठे गं निघालीयस?"

"आज मेहेंदळेबाईंची खरेदी आहे. त्यांनी बोलावलंय सोबतीला."

ती बाहेर पडली. शरद देशपांडे कसे असतील? त्यांना मी पसंत पडायला हवी. वरून देखणं आणि आत काही लबाडी नसावी म्हणजे झालं!

आता आपण किती बिनधास्त झालोय? पूर्वीसारख्या भित्र्या उरलो नाही की लाजऱ्या राहिलो नाही. वाढत्या वयाचा परिणाम?

की घरच्या माणसांची बेपर्वाई?

सांगितलेल्या पत्त्यावर रिक्षावाल्यानं बरोबर पोचवलं. दाराच्या बेलवर हात ठेवताना तो किंचित थरथरला.

एक चौदा-पंधरा वर्षांची मुलगी दार उघडून तिला म्हणाली,

"या ना. बाबांना भेटायला येणाऱ्या तुम्हीच ना?" रजनीला कौतुक वाटलं. तिचे गाल चिमटीत धरावेत असा मोहही झाला, पण तिनं सावरलं. हातातला खाऊ तिला देऊन ती सोफ्यावर बसली.

"बाबा, त्या आल्या आहेत..."

हाक देऊन ती आत निघून गेली.

समोर उभे असलेले शरद देशपांडे हात जोडून नमस्कार करत होते. जोडीदार म्हणून आवडावा असंच व्यक्तिमत्त्व होतं.

"आई, बाहेर ये ना!"

आई खोचलेला पदर सोडवत, साडी ठीक करत बाहेर आल्या. रजनीनं वाकून नमस्कार केला.

"एकटीच आलीस?"

रजनीनं संकोचानं मान हलवली. शरद देशपांडे मग म्हणाले,

"मीच कळवलं होतं एकटं येण्यासाठी. उगीच घरची माणसं वगैरे गोंधळ आधीच कशाला?"

रजनीनं चमकून बघितलं. तो आईकडे बघत होता. "हं, म्हणजे इथे लपाछपी आहे तर!"

आईनं जुजबी प्रश्न विचारले. नंतर 'माझं काय? तुमचं तुम्ही काय ते बघून घ्या.' अशा तटस्थपणानं त्या आत निघून गेल्या. ते दोघं स्तब्धच!

"हा माझा स्वत:चा फ्लॅट, दोन बेडरूम, हॉल, किचन, बाल्कनी, वाचायची खूप आवड आहे मला. बँकेची नोकरी. आरामदायक आहे सारं."

ती गप्पच!

"टी.व्ही. लावू?"

त्यानं तत्परतेनं टी.व्ही. ऑन केला. हे टी.व्ही.चं प्रदर्शन की आतिथ्याचा एक भाग?

तेवढ्यात पोह्यांच्या बशीचा ट्रे घेऊन छोटी आली. रजनी लगबगीनं उठली. ट्रे तिच्या हातून घेणार तोच ती म्हणाली,

"इ ऽ त्यात काय? रोजच आणते मी!"

तिला रजनीनं शेजारी बसवून घेतलं. आईवेगळी पोर! जमलंच या घरात तर आईच्या मायेनं हिला जपायला हवं.

"नाव काय तुमचं?" रजनीनं विचारलं.

"तुमचं? अय्या!" ती तोंडावर हात ठेवून हसायला लागली. "तुमचं काय म्हणता? तुझं म्हणा की! नीता. आणि तुमचं?"

"रजनी."

"रजनी? रजनी नावाच्या बायका आगाऊ, भांडखोर असतात असं आजी म्हणते." नीता म्हणाली.

"असं? ते का?" रजनीनं कुतूहलानं विचारलं.

"टी.व्ही.वर नसते का रजनी? शी... सारखं सारखं भांडायचं का असतं?" नीता शरदच्या कानांत काही बोलली. त्याचा चेहरा उतरला.

"काय म्हणतेय?" रजनीनं विचारलं.

"मी म्हणाले बाबांना, तुम्ही आमच्या क्षेत्रमाडेबाईंसारख्या दिसता?" नीतानं उत्तर दिलं.

"असं? कशा आहेत त्या?"

"अगदी आखूड, खडूस! किती छान उत्तरं दिली तरी मार्क्स देणारच नाहीत. तुम्ही पण टीचरच आहात ना?" नीतानं विचारलं.

"हो. पण मी मुलींना खूप आवडते."

"अहो, आम्ही पण मस्का मारतोच ना क्षेत्रमाडेबाईंना? ते खरं नसतंच मुळी." नीता झटकन उत्तरली. रजनी सर्द झाली. इंटरव्ह्यू कोण घेणार होतं? शरद, आई की नीता? तिनं पोह्यांची बशी उचलली. काहीतरी बोलायचं म्हणून ती नीताला म्हणाली,

"तुझे केस छान आहेत."

"आजी म्हणते की असं म्हटलं की दृष्ट लागते."

"दृष्ट?"

"लागणारच. कारण तुमचे केस माझ्यासारखे नाहीत ना!" एक विलक्षण शांतता...

रजनी आणि शरद जायला निघाले. आई बाहेर आल्या. रजनी नमस्कार करून उठली. त्या म्हणाल्या,

"सून म्हणून माझी अपेक्षा काहीच नाही. पण नीताला त्रास होणार नाही, इतकंच जमवून घे."

आजीच्या पाठी राहून नीता ऐकत होती. या घरात रजनी आली तरी आजी नीताला नेहमीच पाठी घालणार होत्या, याची जाणीव तिच्या चेहऱ्यावर पूर्णपणे होती.

"नीताच्या आई?" बागेतल्या बाकावर बसता बसता रजनीनं विचारलं.

शरदचा चेहरा उतरला. क्षणभर शांतता पसरली. तो म्हणाला,

"ती एक दुर्दैवी कहाणी आहे. मी विसरायला बघतोय पण तुम्हाला तरी सांगावी लागणारच! एक विश्वास ठेवा, तिचा आपल्या संसाराला उपद्रव होणार नाही. ती गुलबर्ग्याला असते. नीता चार वर्षांची असतानाच तिला टाकून, घर सोडून ती न सांगता निघून गेली."

"कारण न सांगता?"

"तिच्या बॉसबरोबर ती गेली. नंतर लग्नही केलं. डायव्होर्स मागितला. मी दिला."

"तेव्हा आई कुठे होत्या?" रजनीनं सावध प्रश्न केला. शरद हसून म्हणाला,

"ती भीती बाळगू नका. त्या वेळी आई गावी होती. आता इथे आलीये ते नीतासाठी."

रजनीला काय बोलावं समजेना. तोच पुढं म्हणाला,

"आपलं जरा मार्गी लागलं की आई गावी जाईल. नीताला मात्र आईच्या मायेनं जपलं पाहिजे. तेवढं तुम्ही कराल असा विश्वास का कोण जाणे मला वाटतो. एरवी माझा त्रास, आवडी, सवयी असलं काहीच नाहीये. मला वाटतं तुमचा होकार असेल... तर आपलं सहजीवन सुखी होईल."

तो भलताच आशावादी असावा.

"पण... नीता..." रजनी विचार करत म्हणाली, "तिला मी घरी आलेलं आवडेल का? ती आजीची लाडकी दिसतेय. हाच मुलगा असता तर गोष्ट वेगळी होती. मुली फार पझेसिव्ह असतात. मी शाळेत अनुभव घेतेय ना! इतकंच कशाला? माझ्या स्वतःच्या घरी वहिनीनं इथे तिथे हात लावलेलं खपत नाही. पस्तीस वर्षं ते माझं घर मानतेय ना!"

"नीता लहान आहे. फारच हट्टी झाली तर होस्टेलवर ठेवू. प्रश्न आपल्या दोघांच्या जीवनाचा आहे. आपल्या लग्नानंतर माझ्या दृष्टीनं जगाची लोकसंख्या फक्त दोनच. एक तुम्ही आणि दुसरा मी. एकटेपणाच्या यातना मी फार भोगल्यात."

तो विलक्षण हळवा झाला होता. त्याच्या उद्‌गारांनी मोरपीस अंगावरून फिरावं असा भास रजनीला झाला. तोच थोड्या वेळानं म्हणाला,

"मुलांचा प्रश्न गौण असतो. त्यांचं जीवन हे त्यांचं असतं शेवटी. एकदा लग्न होऊन नीता सासरी गेली की तिचं जीवनच बदलेल. ती मागं वळून बघणार थोडीच? बघा, माझा आग्रह नाही. पण विचार करा. कळवा."

नकळत त्याचा हात तिच्या हातात गुंतला होता. तसाच रजनीचा होकारही!

स्वाती रजनीची मैत्रीण. बातमी ऐकताच ती खवळली. रजनीनं नीताचं वर्णन, बोलणं सारं स्वातीला सांगितलं.

"रजे, माझं भाकीत आहे, ती पोरगी तुम्हाला सुख लागू देणार नाही. आईवेगळी पोर म्हणून आजीनं डोकीवर चढवलीय. उद्या तुझं महत्त्व वाढलं आणि तू तिला वळण लावायला गेलीस तर ती पोरगी आकांडतांडव करेल. आजी आहेच पाठीशी आणि देशपांडे, त्यांचा काय भरवसा देणार तू आजच?"

"पण ते तर म्हणतात मुलांचा प्रश्न गौण आहे. खरं जीवन आपलं दोघांचं. मुलगी जरा लाडावलेली आहे हे खरं, पण ममतेनं चुचकारता येईल असं वाटतंय."

रजनी उत्साहानं म्हणाली, माघार घेणं तिला न पटणारं होतं. शरदमध्ये ती पूर्ण विरघळून गेली होती.

"जने..."

स्वाती लाडात आली की हे नाव घेई.

"आणि ते मातृदैवत? गावी गेलंच नाही तर गं? तुमचं मार्गी लागल्यावर जाणार म्हणजे नक्की कधी? आजी आणि नीता एक झाल्या तर गं? तशात तू नोकरी सोडणार म्हणतेस. बघ बाई, उगीचच आगीतून फोफाट्यात पडशील. अगं, लग्न होईपर्यंत ती क्रेझ असते. कारण जे कधी होणारच नाही असं सारखं वाटतं त्यासाठी आपण नेहमी धडपडत असतो. त्यासाठी हे स्वातंत्र्यदेखील कुर्बान करतो. ...झोकून देतो. पण एकदा दावण गळ्यात आली की मग सुटका नसते. मग सोसणं, दैव म्हणत जगत असतो."

"मग काय करू म्हणतेस?" रजनी त्राग्यानं म्हणाली.

"विचार कर दहा वेळा. अजून चार-पाच वेळा त्या घरी जा. मुलीला भेट, बालमानसशास्त्र शिकलीयस ना? ते वापर ना जरा..."

पण देशपांडेंनी तेवढा वेळच दिला नव्हता. तिचा होकार येताच त्यांनी रजिस्टर लग्नाची घाई उडवून दिली होती. घरी आई-बाबांचं वागणंही चमत्कारिक झालं होतं. लग्न लवकर होणंच रजनीला सुखाचं होतं.

आता नोकरीची दगदग नव्हती. रजनीला प्रथमच निवांत आयुष्य मिळालं होतं. संसाराची हौस होती. आता घराकडे लक्ष द्यावं. नीता शाळेत आणि शरद ऑफिसमध्ये गेल्यावर वेळ रिकामाच असे.

तिनं स्वतःच्या पैशातून सुरेख फुलांच्या डिझाईनचे कपडे आणले. बेडशीट्स, पिलो कव्हर्स, हॉलमध्ये कुशन कव्हर्स, टी.व्ही. कव्हर सारं कौतुकानं ती आणत होती. तिच्या पसंतीला शरद मनापासून दाद देत असे. रजनी खूश होती.

त्या दिवशी दुपारभर खूपच तिनं हॉलची सजावट बदलली. नवे पडदे लावले. घरी आल्यावर शरद कसा खूश होईल, या उत्साहानं तिची लगबग सुरू होती. पण आधी नीताच घरी आली. तो बदल बघून दारातूनच सोफ्यावर दप्तर फेकून देऊन ती किंचाळली,

"हे काय? माझा टी.व्ही. त्या कोपऱ्यात का हलवला?"

रजनी चमकली. नीताचा आवाज ऐकून आई मधल्या दारात आल्या.

"आजी गं, यांनी बघ माझा टी.व्ही. कुठे ठेवलाय?" आजीला बिलगून मुसमुसत नीता म्हणाली, तिच्या जवळ जात समजुतीनं नीताला जवळ घेत रजनी म्हणाली,

"असं काय नीतू राणी? तुझं माझं कसलं करायचं? घर तर सर्वांचंच आहे ना?"

तिच्याकडे न बघता नीता म्हणाली,

"तू तर स्वतःचंच सगळं असल्यासारखं वागतेस. माझ्या खोलीतले पडदे बदलताना कधी मला विचारलं होतंस?"

"ते जुने झाले होते. आणि इतक्या साध्या गोष्टी का कधी विचारायच्या असतात? ते तर आईचंच काम असतं."

रजनी म्हणाली, पण तिला तो प्रसंग आठवला. नीतानं रागानं, हट्टानं ते नवे पडदे काढून जुने रंग गेलेले पडदेच लावायला लावले होते.

"हो! म्हणूनच आईनं शिवलेले जुने पडदेच लावते. हा टी.व्ही., बाबांनी फक्त माझ्यासाठी आणला होता. पसंती माझी... तो कुठे ठेवायचा ती जागासुद्धा मी ठरवली होती. आणि... आणि ती मला न विचारता तुम्ही बदललीत. आजी गं..." नीता रडायला लागली.

"नीते, गधडे मी रोज काय सांगतेय तुला? अगं, हे घर आता तिचं आहे, समजत कसं नाही गं?" आजी तिला आत नेत म्हणाल्या.

त्या असंच बोलत किंवा न बोलता तेल ओतत. रजनीचा उत्साह मावळला. ती खोलीत गेली. घर विलक्षण शांत होतं. रात्री शरदनं टी.व्ही. लावला. तो परत पूर्वीच्याच जागेवर गेला होता.

नीता अभ्यास करत होती. परवाच्या टेस्टमध्ये गणितात ती घसरली होती. नीताशी जवळीक साधायला हीच संधी होती. रजनी तिच्या टेबलाजवळ आली.

"गणित सोडवतेयस?" तिनं विचारलं.

"हो."

"मी शिकवत जाऊ? गणित माझा विषयच आहे. सोप्या पद्धतीनं शिकवेन. पुढच्या टेस्टला सेंट परसेंट मार्क्स पडतील खात्रीनं!" रजनी उत्साहानं बोलत होती.

"नको."

"पण का? मी रिकामीच आहे ना!"

"आणि मुद्दामच चुकीचं शिकवलंत तर?" नीतानं विचारलं.

"मुद्दाम?'' आश्चर्यानं रजनी म्हणाली, "मुद्दाम चुकीचं का शिकवेन?''

"मी नापास व्हावं म्हणून...?'' नीता सहज म्हणाली.

"पण त्यात माझा काय फायदा? नीता असा उलटा विचार का करतेस राणी?'' रजनी दुखावल्या सुरात म्हणाली.

"कारण... कारण मी नापास झाले की बाबांची नावडती होईन. आणि तुम्ही, मला शिकवता म्हणून बाबांच्या आवडत्या व्हाल.'' नीतानं सरळ गणित मांडलं.

ही मुलगी अशी का वागते? रजनी तिचं विस्कटलेलं ड्रेसिंग टेबल नीट लावायला लागली होती. डोळे भरून आले होते. इतक्या मुली हाताखाली शिकून गेल्या होत्या. सर्वांनी प्रेम दिलं होतं... घेतलं होतं. पण असं वाकडं कुणी वागलं नव्हतं.

"हे बघा, प्लीज, माझं ड्रेसिंग टेबल वापरू नका.''

"पण मी कुठे वापरतेय? नीट लावतेय.'' रजनीला संताप आला होता. पण ती शांत होती. स्वत:ला सावरत होती.

"ते माझं मी लावेन. ते ड्रेसिंग टेबल माझ्या आईचं आहे. मला नाही आवडत त्याला कुणी हात लावलेलं?''

"नीता, असं वाकड्यातच का घुसतेस? खरं सांग, तुझी आई तुला आठवतेय तरी का?'' रजनी तिच्या जवळ जात म्हणाली.

"न आठवेना? देव तरी आपण कुठे बघितलेला असतो? पण आठवतोच ना? आई ती आई!'' नीता पुस्तक भरत म्हणाली.

"नीता, कोण शिकवतं तुला हे सारं?''

"आजी सांगते.'' दप्तर भरून नीता स्वयंपाकघराकडे वळली. "आजी जेवायला वाढ गं...''

रजनीची तिला गरजच नव्हती. रजनी उभ्या जागेवरच खिळून गेली होती.

शनिवारची संध्याकाळ आजी नीताच्या केसांना तेल लावत होत्या.

"आजी गोष्ट सांग ना!''

"मी तेल लावू?'' रजनीनं विचारलं.

"नको.'' नीतानं तुटक उत्तर दिलं.

"सोनसाखळीला सावत्र आईनं न्हायला बसवलं. पाटाखाली मोठा खड्डा खणला होता. सोनसाखळी पाटावर बसली ती सरळ खड्ड्यात पडली.''

आजी सांगत होत्या. नीता ऐकण्यात रंगून गेली होती. रजनी बेचैन झाली. निदान शरदनं म्हणावं की, 'गोष्ट सांगू नकोस' असं तिला वाटलं होतं. पण तो सारं समजून न समजल्यासारखं वागत होता.

"पण आईनं पाटाखाली खड्डा का खणला?''

"कारण ती सावत्र आई होती."

आजीनी सहजीच उत्तर दिलं. तेलाची वाटी उचलून त्या आत निघून गेल्या. रजनीनं हौसेनं नीतासाठी शिकेकाई शांपू आणला होता. पण तो देण्याचं धैर्य तिला उरलं नव्हतं.

त्या दिवशी रजनीनं हौसेनं रविवारच्या मॉर्निंग शोची तीन तिकिटं काढून आणली. कित्येक वर्षांत मॉर्निंग शो तिनं पाहिला नव्हता. 'साउंड ऑफ म्युझिक.' नीताला आवडेल. आपण सारखा नीताच्या विचारात का गुरफटलो आहोत? तिला खूश करण्याचा प्रयत्न का करतोय? तिला स्वत:चाच राग येत असे कधी कधी. पण रजनी वयानं मोठी होती. नीताचं पोरपण तिनंच सांभाळायचं होतं. आईची भूमिका तिनं स्वीकारली होती. तीच ते घर टिकवणार होती. त्या दोघांचं सहजीवन सुखी करणार होती. आता ती गृहिणी होती. तिनंच सावरायला हवं होतं. आईचं वागणं दिवसेंदिवस गूढ होत चाललं होतं. त्यांना सून हवी होती की घराची सत्ता? रजनीला हा प्रश्न नेहमीच टोचायचा. पण त्या कधी बोलत नसत. बोलत असे नीता!

"साउंड ऑफ म्युझिक? इ ऽऽ! मी काय लहान आहे आता? खूपदा पाहिलाय. बाबा प्लीज, 'लव्ह एटी सिक्स' बघू या ना."

नीतानं सूर काढला. तिचं न ऐकता शरदनं साउंड ऑफ म्युझिक बघायला चलावं असं रजनीला वाटलं. कारण तिकिटं काढलेली होती. पण शरद म्हणाला,

"रजू, नीता ऐकणार नाही. उगीच रविवार स्पॉईल नको व्हायला. संध्याकाळी आपण दोघंच बाहेर जाऊ. ओके?"

शरदच्या मागं स्कूटरवर बसून नीता ऐटीत गेली. स्कूटरचा आवाज कानांत घुमला अन् आतमध्ये आईंनी भाजीला जोरदार फोडणी टाकली. रजनीचं मस्तक भणभणत होतं. माहेरी निदान तिचा मान राखला जाई. असा अपमान कधी झाला नव्हताच. या सिनेमाला रजनीही गेली असती, पण नीताला फक्त बाबाच हवे होते. रजनी नको होती.

हे असं किती दिवस चालणार होतं? नोकरी करावी का? पण शरदनं आधीच अट घातली होती. 'नोकरी मात्र करायची नाही.'

सगळ्याच जणी बॉसबरोबर पळून जातात थोड्याच?

स्त्री इतकी सवंग असते?

तिला हवं असतं घर, स्वास्थ्य अन् भक्कम साथ! ज्याच्या आधारावर ती सारे आघात सोसू शकते.

"शिकवण्या कराव्या...?"

"मला नाही आवडत लोकांची पोरं घरात चोवीस तास बसलेली."

आईच्या प्रतिक्रियेवर शरद गप्पच बसला. रजनीला काही सुचत नव्हतं. एक

भयाण पोकळी मात्र जाणवत होती. त्या पोकळीतली वटवाघळं सदोदित सभोवती फडफडत असत. ती घुमी झाली होती. बोलत नव्हती. शरदच्या हे लक्षात आलं होतं. पण तिला कारण विचारून स्वत:वर काही ओढवून घेण्यापेक्षा तो दुर्लक्ष करणं पसंत करत होता. प्रश्न उपस्थित झाला की उत्तर द्यावं लागणार होतं. तो स्वत:चा बचाव करत होता.

तो, नीता अन् आई तिघांची अभेद्य भिंत होती. तो एक स्वतंत्र त्रिकोण होता. त्याचा चौकोन करायला हवा हेच मुळी त्यांना समजत नसावं किंवा मान्य नसावं. आत प्रवेश कुठून करावा हे रजनीला समजत नव्हतं.

एक पंख कापलेलं घायाळ पाखरू घरात आणलं होतं. ते आता उडणार नव्हतं, दिलेलं चारापाणी खात जगणार होतं, याची खात्री त्यांना होती.

दिवसेंदिवस रजनीला सारं असह्य होत होतं. पंधरा वर्षं नोकरीची सवय... आता हौसेनं संसार करावा तर आई स्वयंपाकघराचा ताबा सोडत नव्हत्या. नीता घरावरचा अधिकार हक्कानं गाजवत होती. सारा दिवस रजनीला भकास वाटे. ते घर जणू तिचं नव्हतंच. तिची गरजही त्या घराला नव्हती. गरज होती शरदला. पण तोही या सर्वांपासून अलिप्तच राहायचा. कित्येक घटना अशा घडत की रजनीला त्या वेळी मनापासून वाटायचं, इथे शरदनं नीताला फटकारलंच पाहिजे. नीता उघड उघड रजनीचा अपमान करायची. शरदनं रजनीचं कौतुक करणंच आता सोडून दिलं होतं. कारण लगेच नीता असं काही नाट्य घडवून आणे की शरद पार दीनवाणा होऊन जाई. 'मुलांचा प्रश्न गौण आहे' असं म्हणणारा शरद नकळत रजनीलाच गौण समजायला लागला होता. जगाची लोकसंख्या फक्त तीन बनली होती.

"मी गावी गेले असते बाबा... पण ही नीता, हिचं कसं जमणार? बघतोस ना कशी आक्रस्ताळी झालीये?" आईच्या या वाक्यावर शरद गप्पच बसे.

"अहो." एकदा धीर करून रजनी म्हणाली.

"हे पाहा... आई किंवा नीताची तक्रार सांगणार असशील तर सॉरी! आय ॲम हेल्पलेस. आईला मी जा म्हणू शकत नाही. नीताला दूर ठेवू शकत नाही."

"पण हा माझा अपमान सारखा केला जातोय तो? निदान नीताला समजवा... माझ्या पाठीशी तुम्ही आहात हे एकदा त्यांना समजलं की त्या अशा वागणार नाहीत." रजनी समजुतीनं घेत होती.

तिच्याकडे बघत छद्मी हसत शरद म्हणाला,

"युग बदललं. रूप बदललं, प्रसंग बदलले पण रामायण तसंच घडत असतं. कैकेयी तशीच वावरत असते. तुला वाटतं मी नीताला होस्टेलवर ठेवावं? इंपॉसिबल!"

रजनीचा साठलेला संताप उफाळून आला.

"कैकेयी!'' ती उसळली, ''रामायण युगात वावरणाऱ्यांनी असे अमेरिकन संसार कधी करू नयेत. आपण प्रौढवयात सहजीवनाच्या कल्पनेनं एकत्र आलो. मला वाटलं मला एक घर मिळेल. हक्काचं घर, माझं माणूस मिळेल. मला सांभाळणारं! आजवर मीच सर्वांना सांभाळत आले. हे घर, ही माणसं... तुमचे सर्वांचे धागेदोरे अभेद्य आहेत. या घरात परकी आहे मी! फक्त मी उपरी आहे! कैकेयी! अहो, इतक्या मुली शाळेत भेटल्या पण त्यांना मी कैकेयी वाटले नाही. हा शब्द तुम्ही... तुम्ही वापरावा?'' रजनीला संतापानं, दु:खानं रडू फुटत होतं.

"रजनी, प्लीज, स्टॉप धिस. मला काही मार्ग सुचत नाही.''

"मार्ग? मी शोधलाय. जेव्हा घरच्या स्त्रीच्या पाठीशी घरचा पुरुषच भक्कम उभा राहत नसतो तेव्हा तिला सोबत असते तिच्या बुद्धिची. तुम्ही बुद्धिमान स्त्री निवडलीत. ती स्त्री सारं सोसेल पण त्या घरानं तिला आपलं मानलं तर! इथे माझी गरजच नाहीये. माहेरी निदान पैशासाठी माझी गरज होती. इथे ती पण नाहीये. मी उपरी आहे अन् उपरी जमात भटकतच जगत असते. त्यांना थारा देणारं घर पृथ्वीच्या पाठीवर मला वाटतं नसावंच.''

भरलेली बॅग खोलीतून बाहेर आणून ठेवून रजनी आत स्वयंपाकघरात गेली. नीताला आजी शिरा भरवत होत्या. त्यांना वाकून नमस्कार करत रजनी म्हणाली,
"येते मी.''

"जन्मसावित्री हो.'' त्या पुटपुटल्या.

"सावित्री?'' रजनी तिखटपणानं म्हणाली, ''आई, कैकेयी 'सावित्री' कशी होणार? सावित्री आहे नीताची आई! जी चार वर्षांचं पोर टाकून निघून गेली पण जिची आठवण या घरानं अगत्यानं जपलीये. काही चुकलं सवरलं असेल तर माफ करा. एक कैकेयी या घरात आली होती, ते विसरून जा, येते.''

"रजनी हा काय फार्स चाललाय?'' शरद गडबडला होता.

"फार्स? अं ऽ हं, आपलं लग्न हा एक फार्स होता. मी त्याचा शेवट करतेय, चांगला करतेय.''

"कुठे जाणार तू?''

"ठाऊक नाही. या सर्व संघर्षात एकदा तरी पाठीशी उभे राहिला असतात तर इथेच राहिले असते, घर मोडणं स्त्रीला फार दु:खाचं असतं. माणूस सारं गहाण ठेवेल, पण बुद्धी कशी गहाण ठेवणार? कदाचित बुद्धिमान असणं हाच स्त्रीला शाप असावा! घाबरू नका. मी कुणा बॉसबरोबर निघून जात नाही. मी अशी जागा शोधेन, जिथल्या मुलींना आईच्या प्रेमाची गरज असेल, अशी संस्था शोधेन जिथे मी आई असेन. कैकेयी नसेन. येते. सुखी राहा. नीताला जपा. निदान भावी जीवनात तिला कैकेयी बनू देऊ नका.''

''रागावलीस?''

''रागावू कशाला? मला दुबळ्या माणसांचा राग येत नाही, दया येते. ना ते स्वत: सुखी होतात ना इतरांना सुखी करू शकतात.''

खोलीत शांतता पसरली होती. जीवघेणी शांतता.

''रामायणाची गोष्ट काढलीत म्हणून बोलते. प्रत्येकानं स्वत:ला पेलेल असंच शिवधनुष्य उचलावं. न पेलणाऱ्या कल्पना स्वप्नांत रंगवाव्यात.'' रजनी म्हणाली.

''माझा एकच शब्द 'कैकेयी' — त्या शब्दाला तू इतकं लावून घेतलंस?'' शरद म्हणाला.

''कैकेयी हा शब्द लावून घेण्यासारखा आहे? अहो, उलट तुम्ही माझा सन्मान केलात. जिनं राजा दशरथाच्या कोसळत्या रथाचं चाक सावरून धरलं, त्याला विजयी केलं, ती कैकेयी माझ्यासमोर आहे.'' रजनी आवेशानं म्हणाली.

''मग, तू आता हा संसार अर्धवट टाकून चाललीस ती?''

''मीही आले होते तुमच्या जीवनरथाचं रुतलेलं चाक सावरायला...''

'मग?''

''कैकेयीनं ते साहस केलं. कारण तिच्या डोळ्यांत कौतुक होतं. पराक्रमी दशरथाचं! इथे तर इथे तर... जाऊ दे.'' खिन्न हसून बॅग उचलत ती म्हणाली.

''कुणी कुणाचा भार वाहीन म्हटलं तर तसं घडत नसावं, कारण प्रत्येकानं आपला भार आपण वाहायचा असतो. तुमच्यावर मी रागावू कशाला; उलट या वर्षभरात या घरात मीही एक कोसळता अनुभव घेतलाच ना? येते.''

बॅग उचलून ती घराबाहेर आली. त्या घराला पाठमोरी झाली. जीवनरथाचं एकच चाक तिनं खांद्यावर पेललं होतं. रुतलेलं चाक पाठीमागेच सोडलं होतं. कारण तिला आता कोणताच वर मागायचा नव्हता.

◆

चर्चबेल

बोट झपाझप अंतर कापत होती. दूरवरच्या बंदराचे दिवे लुकलुकत होते. मध्यरात्रीपर्यंत बोट बंदराला लागेल, असा भरवसा सर्वांना वाटत होता. त्यानंतर चार दिवस बोट याच बंदरात थांबणार होती. तेल घेणं, मशिन्स साफ करणं, बोटीवर जरूर त्या वस्तू भरणं, माल चढवणं, उतरवणं या सर्वाला चार दिवस हवेच होते. त्या चार दिवसांसाठी सारेच जण आतुरले होते. सतत १५ दिवस प्रवास सुरू होता. वरती निळं आकाश आणि सभोवतालचा फेसाळता निळा सागर, बोटीवरची लगबग या साऱ्या वातावरणाला सारे कंटाळले होते. प्रवासी बोट असती तर नव्या ओळखी, नवे चेहरे दिसले असते. पण बोट मालवाहू असल्यानं फक्त खलाशी, इंजिनीअर्स, कामगार, कप्तान यांची वर्दळ चाले. तशी खाण्यापिण्याची चंगळ, मद्य, संगीत, टी.व्ही., खेळ यांची रेलचेल होती. तरीपण वातावरणातला तोच-तोचपणा मनाला मरगळ आणत असे. घराची ओढ, निदान घराची ओढ किनाऱ्याकडे खेचत असे. निदान अशा किनाऱ्यालगतच्या गावाहून मनमोकळं फिरता येत असे. स्वतःचं घर दूर असलं तरी त्या गावची घरं, मुलं, कुटुंब... आणि हो पोरी... पोरी बघून बरं वाटत असे. म्हणून सारे खलाशी आसुसल्या नजरेनं अशा गावांची वाट बघत असत. त्या छोट्या गावातून त्यांच्या मैत्रिणी असत, त्यांना खूश करण्यासाठी आणलेल्या वस्तूंनी त्यांच्या बॅगा भरलेल्या असत. मागच्या वेळचे सारे लाडिक विभ्रम त्यांना खुणावत असत. आठवणी जाग्या होत असत.

आतासुद्धा ते दिवे जसे जवळ यायला लागले तसा साऱ्यांनी आनंदाचा जल्लोश केला. बिअरच्या बाटलीतून वाहणाऱ्या फेसासारखा त्यांचा उत्साह ओसंडून वाहत होता. बोटीवरच्या झाज म्युझिकच्या तालावर सारे नाचत होते. ताल धरत

होते. ते सारं बघत श्रीकांत डेकचेअरवर विसावला होता. ते दिवे त्याला पण दिसत होते; पण मनात मात्र अंधारून आलं होतं. सारे नाचत होते, पण श्रीकांत मात्र थिजत चालला होता. ते दिवे, तो किनारा, ते गाव जवळ येऊच नये असं त्याला वाटत होतं. मनात साऱ्या आठवणी जाग्या होत्या कशासाठी? कशासाठी हे गाव परत आलं?... जे कधीच दूर गेलं होतं, तो किनारा कधीच सुटला होता. परत कधी तिथे जायचं नव्हतं... त्याच किनाऱ्याला बोट परत लागली होती. योगायोगानं गेली सहा वर्षं! श्रीकांतनं कटाक्षानं हा प्रवास टाळला होता. याऐवजी दूरचे प्रवास स्वीकारले होते. तेलवाहू बोटीचा इंजिनीअर म्हणून तो इतर देशांच्या बोटीवरून जात असे. पण या वेळी, ऐनवेळी जो प्रवासाचा नकाशा हाती आला त्यात हे गाव आलं होतं. टाळतो म्हटलं तरी शक्य नव्हतं.

चर्चबेलचा आवाज कानांत घुमत होता. सहा वर्षं... मधली सहा वर्षं सरली होती. पण श्रीकांत एकही दिवस त्या किनाऱ्याला, त्या गावाला, रोझीला विसरला नव्हता... 'रोझी... रोझी...' त्याचं मन आक्रंदत होतं '...शि ऽ री...' रोझीचा किनरा नाजूक आवाज साद घालत होता. कधी चर्चबेल वाजत होती. सहा वर्षांपूर्वीचा पट उलगडत होता. अनेक गुंतलेले धागे समोर उभे होते. मागच्या दिव्यांच्या पार्श्वभूमीवरून ते अधिकच उठून दिसत होते. स्पष्ट होत होते...

"कम ऑन शिरी." डेव्हिड श्रीकांतला उठवत म्हणाला होता.

"कुठे जायचं म्हणतोस? झोपू दे रे बाबा." ब्लँकेटमध्ये आणखीनच शिरत श्रीकांत म्हणाला. झोपेनं तो पेंगुळला होता.

"शिरी... अरे, तो बघ किनारा... गाव दिसायला लागलं. एक-दोन तासांत पोचणार, माझी लुईजा वाट बघत असेल. शिरी, अरे, अशी गोड पोर साऱ्या जगात नसेल बघ! आता चार दिवस मी आणि माझी लुईजा! सगळं जग गेलं खड्ड्यात." डेव्हिड भलताच व्याकूळला होता. ते बघून श्रीकांत हसला.

"अरे, त्या मार्गरिटचं काय? तीपण साऱ्या जगातली सुंदर मुलगी आहे असं म्हणाला होतास ना?"

"ती ना? ती त्या बंदरावरची सर्वांत सुंदर पोरगी होती." डेव्हिड मोठ्यानं हसून म्हणाला होता.

"शिरी, अरे, लाइफ इज वर्थ लिव्हिंग! अरे, हा समोर उभा आहे तो क्षण आपला आहे. पुढच्या क्षणाचा भरवसा कुणी द्यावा?" आणि कोसळत्या धबधब्यासारखा डेव्हिड मोठ्यानं हसला.

"डेव्हिड, पण तुला बायको आहे. मुलगी आहे तरी...?"

"तरी काय?" त्याचं वाक्य मधेच तोडत डेव्हिड म्हणाला, "ही नोकरी, ही

वणवण मी त्यांच्यासाठीच करतोय. सारा पैसा त्यांच्यासाठीच तर साठवतोय. पण म्हणून इतर पोरींना बघूच नये असं कुणी सांगितलंय?''

''नाही डेव्हिड, आम्ही भारतीय मात्र हे मानत नाही. ज्या स्त्रीबरोबर आम्ही लग्न करतो, त्या स्त्रीबरोबर एकनिष्ठ राहावं असं आमचा धर्म सांगतो.'' श्रीकांतचा गंभीर चेहरा बघून डेव्हिडला हसू फुटलं होतं. तो म्हणाला,

''यू मीन? फक्त एकच स्त्री? हंबग! जाऊ दे. पण अजूनी तुझं लग्न झालं नाही ना? मग तू कसली काळजी करतोस? या गावातून जरा फिर, बघ! धर्मबिर्म नंतर आठवणारच नाही. मी निघालो बघ.'' बोलता बोलता डेव्हिड केबिनबाहेर शीळ घालत निघून गेला होता.

श्रीकांतची आणि त्याची याच बोटीवर मैत्री झाली होती. निळ्या डोळ्यांचा, लालबुंद, उंचापुरा, देखणा डेव्हिड मोठा मिस्कील पण गमत्या, रंगेल गडी होता. श्रीकांतनं कूस बदलली. झोपायचा तो प्रयत्न करत होता. बाहेरचा आवाज-गोंगाट ऐकता-ऐकतानाच त्याचा डोळा लागला.

सकाळी आठचा सुमार होता. श्रीकांत नाश्ता आटोपून डेकवर उभा होता. त्यानं निळ्या जीन्सवर आकाशी रंगाचा लांब हाताचा स्वेटर चढवला होता. डेकवर शांतता होती. त्याचे सारे मित्र केव्हाच पसार झाले होते. श्रीकांत डेकवरूनच ते गाव बघत होता. लालभडक छपरांची धुराडी मजेदार दिसत होती. कुठे घरांवर लाल फुलांच्या वेली चढवल्या होत्या. अरुंद, लाल, ओलसर मातीचे रस्ते वळण घेत पसरले होते. किनाऱ्यालगतचे पब्स, रेस्तोरां, बार माणसांनी खच्चून भरलेले होते. अशी मोठी बोट किनाऱ्याला लागली की सर्व गाव खूश होत असे. कारण मग सारेच धंदे तेजीत चालत. खलाशी पैसे उधळत, आनंद देत व घेत निघून जात असत. ते सारं वातावरण श्रीकांतला नवीन होतं. तो नुकताच इंजिनीअर म्हणून या कंपनीच्या बोटीवर काम करायला लागला होता. ही त्याची पहिली सफर होती.

आज सकाळपासूनच त्याला घरची विलक्षण ओढ लागली होती. अजून घरी पोचायला खूप अवधी होता. श्रीकांत हळूहळू बोटीवरून खाली उतरला. ओल्या रेतीवर त्याच्या बुटांची पावलं उमटली. धरतीचा स्पर्श त्याला सुखावून गेला. हवा थंडगार होती. धुक्यानं सारा परिसर भरून गेला होता. सगळीकडे आनंद, जल्लोश पसरला होता. आपलं मन मात्र असं आर्त का बनलंय हे श्रीकांतलाच समजत नव्हतं. खिशात हात घालून, तो समोर दिसणाऱ्या रस्त्यानं चालायला लागला. थंड, धूसर हवेत बाजूच्या होस्टेलमधल्या खमंग पदार्थांचा वास मिसळला होता.

''हॅलो शिरी.''

डेव्हिडच्या सभोवती पोरींचा गराडा पडला होता. रस्त्याच्या कडेलाच फुटपाथवर

खुर्च्या टाकून डेव्हिड बसला होता. श्रीकांतनं त्याला हात केला. मनाशीच हसत तो चालला होता.

किती वेगळं जग होतं हे? रंगीन? सुनहरं! गिरगाव ते दादर या परिसरापेक्षा केवढं वेगळं? पण मोहवणारं! श्रीकांत सारं अलिप्तपणानं न्याहाळत होता, त्याचं मन उदासलं होतं. एकाकी भावना कधी नव्हे ती जागून उठली होती. एक विलक्षण ओढ कुठेतरी खेचून नेत होती आणि श्रीकांत एकदम थबकला. चालता-चालता तो एका मोठ्या चौकात पोचला होता. चारी बाजूनं दुकानं सजलेली होती. माणसांची वर्दळ सुरू होती अन् चौकाच्या मधोमध एक मोठं चर्च उभं होतं. त्याच्या चारी बाजूला तारेचं उभं कुंपण होतं. त्यावर बोगनवेली चढवल्या होत्या. मध्ये सुरेख हिरवळ पसरली होती. मधूनमधून प्रचंड पसरलेली झाडं धुक्यात लपली होती. श्रीकांतचं लक्ष गेलं ते निमुळतं होत गेलेलं चर्चचं टोक आणि त्यावर लटकणारी ती चर्चबेल... त्याचं मन त्या चर्चबेलवर खिळून राहिलं.

चर्चबेल आता शांत होती. पण कधी लग्नाची मंगल वार्ता पसरवणारी, तर कधी मृत्यूचं उदास स्वागत करणारी, मूकपणानं सारा परिसर न्याहाळणारी, आभाळाशी स्पर्धा करणारी चर्चबेल! श्रीकांतचं भान तिला पाहताना हरपून गेलं होतं. नकळत डोळे भरून आले होते...

"सर कापुचिना?"

किनरा नाजूक आवाज कानांवर आला. त्यानं चमकून बघितलं.

अंगात गुलाबाच्या फुलांचा लांब झगा. त्यावर गुलाबी एप्रन. डोक्याला पिवळा रुमाल बांधलेली एक निळ्या डोळ्यांची मुलगी आर्जवी नजरेनं त्याला बघत होती.

"सर... कापुचिना?"

आपल्या रेस्तोरांकडे बोट दाखवत ती विचारत होती. भारल्यासारखा श्रीकांत तिच्यामागं निघाला. तो आला या आनंदानं तिची धावपळ सुरू झाली. खुर्ची पुढं सरकवत ती म्हणाली,

"प्लीज सर."

ती आत गेली. एका लाकडी ट्रेमध्ये वाफाळलेली कॉफीची किटली आणि एका छोट्या पॉटमध्ये साखर. जोडीला सँडविचेसनं भरलेली बशी... त्याच्यासमोर ट्रे ठेवत ती म्हणाली,

"सर कापुचिना."

श्रीकांत हसला. कॉफी आणि चिना म्हणजे साखर हे गणित त्याला समजलं, याचा आनंद तिच्या निळ्या डोळ्यांत उमटला. तो कॉफी ढवळत होता. ती अनिमिष नजरेनं त्याला बघत होती. त्या निळ्या डोळ्यांचं गूढ त्याला घेरून टाकत होतं.

“नावासारखीच आहेस...” तो नकळत म्हणाला.

त्यानंतर भाषा समजणं सोपं झालं होतं. शब्द मुके झाले होते. नजरेतून, स्पर्शातून, सहवासातून सारं गूढ उकलत गेलं. रोझीनं त्याला आपल्या घरी नेलं. त्याला आनंदी ठेवण्याचा एकही क्षण ती वाया घालवत नव्हती. ‘तुला भूक लागली?’ असं विचारून घाईघाईनं ती त्याच्यासाठी वेगवेगळे पदार्थ बनवत असे. त्या चार दिवसांत ती रेस्तोरांत गेलीच नव्हती. तिच्या प्रेमात तो आकंठ बुडून गेला होता.

“तू इतकं प्रेम का करतेस पण? किती झालं तरी परका. उद्या निघून जाणारा.” त्यानं तिच्या सोनेरी केसांवरून हात फिरवत विचारलं.

“सांगू? कारण तू इंडियन आहेस. इंडियन्स फार चांगले असतात. माझे डॅडीपण इंडियन होते. माझ्या आईनं माझ्या डॅडींच्या हजारो आठवणी मला सांगितल्यात. अन् इंडियाच्या पण!”

त्याला बिलगत ती म्हणाली,

“तुझी आई इंडियात आली होती?”

“नाही ना! तिची खूप इच्छा होती. माझे वडीलही तिला घेऊन जाणार होते; पण मध्येच हार्टफेलनं गेले. त्या धक्क्यानं नंतर माझी आई गेली. पण मला सारं आठवतं. माझे डॅडी व्यापारी होते. व्यापारानिमित्त इथे आले आणि माझी आई भेटली. फार प्रेम दिलं त्यांनी. आई म्हणायची, प्रेमात पडावं तर इंडियनच्या.”

रोझीचा चेहरा वडिलांच्या अभिमानानं भरून गेला होता.

तिच्या घराला छोटी बाल्कनी होती. तिथे खुर्च्या टाकून ते दोघं तासन्‌तास बसत. बाहेर धूपछाँव, धुकं, पाऊस यांचा मनोहर खेळ चालला होता; पण त्याचं भान त्या दोघांना उरलं नव्हतं.

“शिरी, त्या दिवशी इतकी माणसं रस्त्यावरून जात-येत होती. बोटी अनेकदा येतात-जातात. खलाशी जणू सुख ओरबाडायलाच इथे उतरतात. पण आम्ही पोरी सावध असतो. कोण फुकट्या, कोण लबाड हे लगेच समजतं. सारा जन्म या चर्चच्या आसऱ्यावर वाढले मी! माणसांची पारख फार लवकर झाली.”

बोलताना तिची नाजूक जिवणी मजेदार रितीनं हालत असे. निळे डोळे गहिरे होत.

“मग माझी भीती वाटली नाही?” श्रीकांत गमतीनं म्हणाला.

“अं ऽ हं मुळीच नाही.” रोझी निर्धारानं म्हणाली, “का, सांगू? मी तुला पाहिलं अन् ओळखलं की हा इंडियन आहे. कारण सांगू? तू चर्चबेलकडे एकटक बघत उभा होतास. माझे डॅडी असेच चर्चबेलकडे बघत असायचे.”

रोझीचा मुलायम आवाज घंटानादासारखा अखंड किणकिणत असायचा. ते

चार दिवस फुलपाखरांसारखे तरल बनले होते. कापरासारखे उडाले होते. इतकं प्रेम, स्नेह, अगत्य सारं श्रीकांतला प्रथमच भरभरून मिळालं होतं.

निघण्याचा दिवस उजाडला होता. पहाटेच्या वेळी श्रीकांतला जाग आली. चर्चबेल वाजत होती. नजर किलकिली करून श्रीकांतनं पाहिलं. रोझी कुठेच दिसत नव्हती. तो उठला. मागच्या बाल्कनीत आला. मागचं छोटं गेट उघडलं होतं. तिथून बाहेर गेलं की तो छोटा रस्ता सरळ चर्चकडे जाई. त्या पायवाटेच्या दोन्ही बाजूंना पामची उंच झाडी होती. धुक्यातून चर्च अस्पष्ट दिसत होतं. श्रीकांत त्या वाटेनं चालत चर्चकडे निघाला. चर्च रिकामं होतं. चर्चबेल शांत होती. एकटी रोझी गुडघे टेकून जीझससमोर बसली होती. केसांना पांढऱ्या लेसचा रुमाल बांधला होता.

"रोझी..."

श्रीकांत तिच्या शेजारी बसत म्हणाला. तिचे डोळे पाझरत होते.

"ओ शिरी..."

ती त्याच्या मिठीत कोसळली. हुंदक्यांनी ती थरथरत होती. श्रीकांतनं तिला सावरून उठवलं. एका बाकावर ते दोघं बसले.

"शिरी, आज तू जाणार! आजवर मी अनाथ, पोरकी म्हणून वाढले. पण कुणाची हिंमत नव्हती वाईट नजरेनं बघण्याची! मी फार जपून वागले. पण... तू भेटलास आणि संयमाचं बंधन पाळावं असं वाटलंच नाही. का, सांग पाहू?"

"का?"

"कारण तू माझ्या डॅडींच्या देशातून आलास. शिरी हा, माझा जीझस साक्षी आहे. जर माझं सर्वस्व कुणावर झोकून दिलं असेन तर ते फक्त तुझ्यावर. विश्वास ठेव."

ती रडत होती. डोळे पुसत ती म्हणाली,

"शिरी, परत कधी भेटशील? मी वाट बघेन." श्रीकांतनं काही निश्चय केला होता. तो म्हणाला,

"रोझेलिन तू माझ्या जीवनात आलेली पहिली स्त्री. इतकी गोड! तू सारं प्रेम माझ्यावर ओतून रिकामी झालीस, मी त्यात चिंब भिजून गेलोय. यानंतर मला कुणीच नको आहे. आम्ही भारतीय मुलं एका परंपरेतून वाढत असतो. एका स्त्रीशी एकनिष्ठ राहावं हे आमचा धर्म आम्हाला शिकवतो. रोझी, मी तुला भारतात नेईन. आपण लग्न करू. तुझ्या डॅडींचं, आईचं स्वप्न पूर्ण करू."

"खरं शिरी? खरंच नेशील मला भारतात?" तिचे निळे डोळे आनंदानं विस्फारले होते.

"मला घेऊन चल शिरी. मी वेडी होईन." ती रडत होती. रडता रडता हसत होती.

"शिरी, दुसऱ्या युद्धाच्या छायेत उद्ध्वस्त झालेल्या जगात माझी आई वाढली. माझी आई ज्यू होती. त्या हत्याकांडात माझी आजी आणि आईनं अनेक दिव्यांना तोंड देत या किनाऱ्याचा आसरा घेतला. लांडग्यासारखे सैनिक पाठी लागलेले, त्यांना चुकवत कुणाच्या तरी हातापाया पडून, त्या दोघी पळत होत्या. स्वत:चा बचाव करत होत्या. त्या साऱ्या कहाण्या ऐकत मी लहानाची मोठी झाले. अशा माझ्या आईला डॅडींनी आधार दिला. तिच्या प्रेमात गुंतून इथे राहिले. ते प्रेम पाहत मी वाढले. पुरुषापासून स्त्रीला हवा असतो एक विश्वास... एक आधार... तेवढंच दे शिरी, एकटेपण सोसून मी फार थकलेय." तिच्या अश्रूंनी त्याचा खांदा भिजून गेला होता. तिला शांत करत श्रीकांत म्हणाला,

"ऐक रोझी, या बोटीवरून मला तुला नेता येणार नाही. मी ड्युटीवर आहे. मी भारतात जाईन, आपलं घर सजवेन, आई-वडिलांना सांगेन. आणि तुला न्यायला येईन. माझ्यावर विश्वास ठेव रोझी."

खिशातली अंगठी काढून रोझीच्या बोटात चढवत तो म्हणाला. रोझी उठली. जीझसच्या पायावर आपले ओठ टेकवून ती रडत होती.

"ओ जीझस..."

त्यानंतर त्या रिकाम्या चर्चच्या पायरीवर त्यांनी संपूर्ण दुपार घालवली होती. भारतात गेल्यावर काय काय करायचं, काय पाहायचं याची स्वप्नं ते रंगवत होते. रोझीचे निळे डोळे सागरासारखे चमकत होते. सोनेरी केस वाऱ्यावर उडत होते. समोरच्या हिरवळीवर कधी ऊन कधी सावली असा खेळ चालला होता. पामवृक्षांची सळसळ ऐकू येत होती. मंद वाऱ्यानं चर्चबेल नाजूक किणकिणत होती. त्याचं भान त्या दोघांना उरलं नव्हतं.

बोटीचा कर्कश भोंगा वाजला. डेकचेअरवर विसावलेला श्रीकांत दचकला. बोट किनाऱ्याला लागली असावी. सारे जण मस्तीत नाचत होते. सकाळ होण्याची वाट बघत होते. थॉमस श्रीकांतजवळ आला.

"मिस्टर श्रीकांत, फार सुरेख गाव आहे. उतरणार नाही? अरे, ब्यूटिफुल सी शोअर. इथलं चर्च फार देखणं आहे. मी निघतोय, बाय..."

थॉमस निघून जात म्हणाला, हा थॉमस काय किंवा तो डेव्हिड काय, सुखी आहेत बेटे! मी मात्र सहा वर्षं हा शाप भोगत जगतोय. अपराधी भावना क्षणभर पाठ सोडत नाही. काय करू... काय करू... श्रीकांतनं डोकं दोन्ही हातांमध्ये दाबून धरलं.

सहा वर्षं... जीवन केवढं बदलून गेलं होतं. रोझीला भारतात नेण्याचं स्वप्न भारताच्या किनाऱ्यावर विरून गेलं होतं. त्याचं लग्न ठरवूनच आई-वडील त्याच्या

स्वागताला आले होते. इंजिनीअर मुलगा आमच्या शब्दाबाहेर जाणार नाही याचा भलता अभिमान आई-वडिलांना होता. श्रीकांतनं खूप समजावून सांगून बघितलं. रोझीचं व त्याचं प्रेम, तिचे फोटो, तिचा त्याच्यावरचा विश्वास याची सर्वांनी भरपूर टिंगल उडवली होती व त्या पोरी कशा बनेल असतात, कशा गिऱ्हाइकं गटवतात याचे अनेक किस्से त्याच्या मित्रांकडून त्याला ऐकवले होते. गोड बोलणं, वागणं, अनुनय करणं हा त्यांचा धंदाच असतो हे त्याला पुन:पुन्हा ऐकवून, श्रीकांतचा परत वळण्याचा मार्गच साऱ्या घरानं पूर्ण बंद केला होता. थंड मनानं त्यानं समोर आलेल्या मुलीच्या गळ्यात माळ घातली होती. आपलं दुखरं मन आपणच कुरवाळलं होतं. आज मात्र तो त्याचा उरला नव्हता.

डोळे पुसून श्रीकांत उठला. पहाट व्हायला आली होती. तो केबिनमध्ये गेला. अभावितपणे त्यानं टेपरेकॉर्डरचं बटण दाबलं.

"आज राणी पूर्वीची ती प्रीत वेडी
मागू नको
कालचे वेड्या फुलांचे
स्वप्न तू सांगू नको..."

त्यानं टेप बंद केला. आज असं का होतंय? तो डेकवर आला. किनारा दिसत होता. तेच गाव, तीच धूसर हवा, तो मात्र तो उरला नव्हता, वाऱ्यावरून चर्चबेलचा आवाज लहरत आला.

'माझे डॅडी चर्चबेलकडे तासन्तास बघत असत. प्रेम करावं तर इंडियनवर... तू इंडियन आहेस, हे मी तुला बघताच ओळखलं. ओ शि ऽ रीऽ, मला भारतात ने. नेशील? मी वाट बघेन. तू माझा विश्वास आहेस.'

...रोझी ...रोझी...
कशी असेल?
कुठे असेल?
या सहा वर्षांत तिनं काय केलं असेल?
काय काय सोसलं असेल?
त्या नाचऱ्या डोळ्यातली थरथरती कबुतरं कधीच हरवली असतील.
आधीच अनाथ होती...
मी... मी तिला पुरतं लुटलं...
जे धाडस तिच्या वडिलांना झालं, ते मला का झालं नाही?
इंडिया... भारत... संस्कृती... परंपरा... कर्तव्य... धर्म...

श्रीकांतला स्वत:चाच राग आला. त्यानं ठरवलं रोझीला भेटायचंच नाही. भेटून तरी काय करायचं? तो किनारा आता खूप दुरावला. पुन्हा तिथे कशासाठी जायचं?

पण असं म्हणणाऱ्या श्रीकांतची पावलं हळूहळू किनाऱ्यावर उतरली. ओल्या मातीवर बुटांची पावलं उमटत होती. धुक्याचा, थंडीचा सरसरता लोट अंगावरून गेला. श्रीकांतची पावलं चर्चच्या दिशेनं पडत होती. त्या भल्या थोरल्या चौकात चर्च उभं होतं. तसंच धीरगंभीर...

श्रीकांतचं लक्ष निमुळत्या चर्चच्या टोकावर लटकणाऱ्या चर्चबेलकडे गेलं. मागचं धूसर आभाळ त्याला नीट दिसत नव्हतं... डोळे भरून आले होते. कुणीतरी त्याचा कोट खेचत होतं.

''स ऽ ल कापुचिना?''

श्रीकांतनं चमकून बघितलं. अंगावर सरसरून काटा फुलला. एका गोबऱ्या गालाची, निळ्या डोळ्याची गोड पोर त्याला विचारत होती. तिचा रंग सावळा होता.

''एस एस.''

तो तिचं बोट धरून निघाला. ती कौतुकानं त्याला घेऊन चालली होती. झगा हाताच्या चिमटीनं पकडला होता. बूट चिखलानं भरले होते. त्या छोट्या पोरीची विलक्षण माया त्याला वाटू लागली. तिनं रेस्तोरांत नेलं तसे त्याचे पाय अडखळले. ते रोझीचं दुकान होतं. 'कापुचिना' पाटी तीच होती. आतमध्ये कुणी वृद्ध स्त्री काम करत होती. श्रीकांत आत जाऊन बसला. त्या स्त्रीनं कॉफीचा ट्रे टेबलावर ठेवला. त्यानं त्या मुलीला विचारलं,

''तुझं नाव?''

''ॲना.'' ती म्हणाली.

तिचे निळे डोळे श्रीकांतच्या मनाचा ठाव घेत होते.

''सर, हिचा बाप इंडियन होता. आईला लग्नाचं वचन दिलं आणि पसार झाला. ब्लडी सेलर,'' म्हातारी पुटपुटली.

''हिची आई?'' श्रीकांतनं विचारलं. त्याचे हातपाय थरथरत होते.

म्हातारीनं रोझीच्या घराकडे हात केला. खांदे उडवले, येशूला आळवलं आणि ट्रे घेऊन वॉश बेसिनकडं वळली.

''चल ॲना.''

श्रीकांतनं ॲनाचं बोट पकडलं. ॲना! त्याची मुलगी? सावळ्या वर्णाची, निळ्या डोळ्यांची.

''ॲना, तुझे डॅड कुठेत गं?''

''इंडिया.'' तिनं चटकन उत्तर दिलं. ''एक दिवस माझे डॅडी येणार आहेत. मला घेऊन जाणार आहेत. यू नो इंडिया? माझे डॅडी खूप स्वीट आहेत.'' ॲना उत्साहानं सांगत होती.

रोझीचं घर तसंच होतं. ॲनानं बेल वाजवली, आतून पावलांचा आवाज ऐकू आला. श्रीकांतच्या छातीचे ठोके त्यालाच स्पष्ट ऐकू येत होते.

"कोण?" आतून आवाज आला.

"मम्मा..." ॲनानं साद घातली.

कडी उघडल्याचा आवाज आणि दारात रोझी! न ओळखणाऱ्या रूपात. डोळ्यात वेडाची चमक, केस पांढरे, जटा झालेले, कमालीची बेढब, हातापायांच्या काड्या झालेल्या. अंगावर मळके, फाटके कपडे... तिचं ते रूप बघून श्रीकांत थिजून गेला.

रोझी एकटक त्याला न्याहाळत होती, क्षणात डोळ्यात ओळख पटत होती. क्षणात ती नजर निस्तेज होत होती. त्यानंतर एकाएकी ती उत्तेजित झाली. मोठ्यामोठ्यानं हसू लागली. तिनं श्रीकांतच्या शर्टाची कॉलर पकडली. त्याला धरून गदागदा हलवलं... ती मोठमोठ्यानं हसत होती. हसता हसता रडत होती. तिनं स्वत:च्या अंगावरचे कपडे ओरबाडायला सुरुवात केली... ओरडायला सुरुवात केली.

"मम्मा, मम्मा." ॲना रडत होती.

रोझीनं गार्डनचा दरवाजा उघडला. ती पळत सुटली. श्रीकांत, ॲना मागोमाग आले. रोझी मधेच थांबली. तिनं हातातली अंगठी ओरबाडून काढली. श्रीकांतच्या दिशेनं फेकली आणि चर्चच्या दिशेनं पळत सुटली.

श्रीकांतनं ॲनाला उचललं आणि तो पुढं आला. पायाजवळ पडलेली अंगठी घेण्यासाठी तो गुडघ्यावर बसला. रडणाऱ्या ॲनाला त्यानं मिठीत घेतलं होतं. त्याच्या आणि रोझीच्या मधला धुक्याचा पडदा आता दाट झाला होता. कानांवर रोझीचं ओरडणं ऐकू येत होतं. झाडावरून दवाचे थेंब ॲना, श्रीकांतवर टपटपत होते. पाम वृक्ष सळसळत होते. वाऱ्यानं चर्चबेल हलकेच किणकिणत होती. रडणारी ॲना श्रीकांतच्या मिठीत विश्वासानं बिलगली होती.

तिच्या विश्वासानं श्रीकांतच्या मनात नवा आत्मविश्वास जागा झाला होता.

◆

घरकुल

सांज उतरत आली होती. डोईवर लाकूडफाटा घेऊन तुळसा झपाझपा घराचा रस्ता तुडवत होती. आज वावरातनं निघायलाच वेळ झाला होता. घरी जाऊन पाण्याची घागर घेऊन नदी गाठायला पायजे. आई एवढी दिसरात दारात बसून ऱ्हातीय, पन कामाला हात लावत न्हाई. तिनं काम केलेलं बाबाला आवडत न्हाई. रामा निस्ता मिशिन चालवनार, रातदिस त्येच्या मिशिनीची किरकिर आणि बाया-बाप्यांची घरात झुंबड- कुनाची चोळी, कुनाचा सदरा, समद्यांची नुसती घाई. आन् त्याचं ते कवतिक बघत बसनारी आई. तुळसाला चालता चालता घरचं सारं चित्र दिसत होतं. बाबा सांजच्या येळंला पंचायतीच्या कट्ट्यावर बसून गावगप्पा चिवडत असणार, मंग या घरात राबनारी एकटी तुळसा! पाणी भरणं, न्याहारीच्या भाकऱ्या थापणं, गोठा झाडणं, भांडी, धुणं, झाडलोट सारं काम करायचं ते तुळसानं. दुपारी जरा विसावा घ्यावा तर बाबांची भाकर घेऊन वावरात जायचं. तिथे गेलं की बाबा वावराची कामं तिच्यावर सोपवून चार वाजताच गावात पसार. मागचं सारं काम तुळसानंच निस्तरायचं. सवयच झाली होती. तिलापण आणि घरालापण!

भराभरा चालून तुळसाला दम लागला. पाय भरून आले. मधेच ती पुलाच्या कट्ट्यावर जराशी टेकली. हा रस्ता, ही शिवारं, रानाचे रंग बघतच ती मोठी झाली होती. कळायला लागलं तसं तिला कळलं की, तिचा नवरा मोठ्या आजाराच्या साथीत मरून गेला होता. एरवी लगीन, नवरा, सासर काही म्हणून काही आठवत नव्हतं. कसं आठवावं? आई म्हणायची की, तिचं लगीन पाळण्यातच लागलं होतं. तिचा नवरा साथीच्या आजारानं मेला, तसं ते सासरचं घर सोलापूरच्या बाजूला लांब गेलं होतं. त्याचं एक जुनं घर या गावात होतं. तिथे कुणीतरी पै पाव्हणे राहत होते.

त्या घरकुलाकडे ती कधीतरी नजर टाकायची. तिचं ते सासर घर. नवरा असता तर तुळसा त्या घरात नांदली असती. त्या घराकडे नजर गेली की, तिचं मन ओलावून जाई. पण त्या घरातलं तिला कुणीच ओळखत नव्हतं. सारे परके वाटत. कसा व्हता आपला नवरा? कधीतरी गल्लीतल्या पोरी बाहुला-बाहुलीचं लगीन लावीत. त्या ठिकाणी तुळसाला आपलं चित्र दिसे.

गावात कुणीतरी पोरी सोड घेऊन माहेरी परतून येत आणि काही वर्षांनी दुसरा घरोबा करून तिच्या समोरून निघून जात. तिची आईपण सोड घेऊनच बाबाशी लगीन करून आली होती. म्हणून तर ती अशी लाडाची लक्ष्मी झाली होती. तुळसा जरा थोर झाली आणि घरचं सारं काम हळूहळू तिच्या अंगावर टाकून आई रिकामी झाली. तुळसाला दुसऱ्या सोयरिकी येत तेव्हा बाबा म्हणे,

"माझा ल्योक म्हनून तिला जतन करीन. पन माझी पोर माझ्या नजरेम्होरनं दूर करनार न्हाई."

आणि मग 'ल्योक' बनलेली तुळसा सारा घरचा भार अंगावर घेऊन वावरत राही. न थांबता सारा घरचा गाडा ओढत असे. तिच्या जिवावर आई-बाबा निर्धास्त असत. आणि रामा पाटी घेऊन शाळेला जात असे.

कट्ट्यावर टेकलेली तुळसा उठली. डोईवरचा भारा सांभाळत घरची वाट चालू लागली. रामाची मिशीन चालूच होती. आई कट्ट्यावर बसून शेजारच्या मंजूमावशीसंगं गप्पागोष्टीत रंगली होती. भारा अंगणात टाकून तुळसानं कळशी डोईवर घेतली आणि नदीवर जायला निघाली. आईनं सांगितलं,

"वाईच लौकर ये लेकी. आनी च्याला पानी ठेव." तुळसा न बोलता चालायला लागली.

"जरा च्या करून घेतला तर हिचं हात मोडनार जनू!"

चुलीचा जाळ तव्याला वेढून बाहेर आला होता. काटवटीतल्या पिठाचा गोळा हातावर घेऊन तुळसा भाकरी थापत होती. वाईलावर झिंग्याचं कोरड्यास केलं होतं. त्याचा खमंग वास साऱ्या घरात दरवळला होता. बाबा मागच्या दारात पाय धूत होता.

"आता जाऊन आईम्होरं बसल आन् गावगप्पांचा बकुणा पाडल. समदं गाव जनू त्येच्याच तालावर नाचतंय."

तुळसानं भाकरी तव्यावर टाकली. बाबा आईला विचारत होता,

"लक्षुमी, आज उशिरा घरला आलो. का म्हनून इचार की."

'भेटला असल सरपंच न्हाईतर तलाठीऽ' तुळसा मनात म्हणाली.

"अगं, आज सरपंच, तलाटी, गरामसेवक समदे भेटले हुते."

बाबा सांगत होता. तुळसा हसली आणि तव्यावरची भाकरी तिनं निखाऱ्याजवळ

शेकायला लावली. पण तिचा कान बाहेरच होता. आज बाबा आईला काय कवतिक सांगतोय ते ऐकायचं होतं.

"लक्षुमी, तिकडं वरच्या टेकडावर घरकुलं उठवनार हाय सरकार. कुनासाठी ठाव हाय? अगं, बेवारशी बाया-बापड्यांसाठी. इंदिरा गांधीचा ल्योक त्यो इमानातनं पडून मेला त्यो- त्यो गंऽ ऽ संजय गांधी... त्येच्या नावानं इंदिरामाय घर बांधून देतीया." बाबा सांगत होता.

आजची कथा जरा वेगळी होती. आज भांडणं, दावे, पंचायत यांपैकी बाबा काही सांगत नव्हता. तो वेगळंच काही सांगत होता. तुळसानं कान टवकारले.

"कशी गं माय गोरगरिबांचा दुवा घ्याय लागली! पोराचं दु:क्क हायच तिला. पन गोरगरिबांचा केवढा कळवळा!"

आईनं मान डोलावली. इंदिरामायच्या आठवणीनं तिला हुंदका फुटला.

"अगं ऐक गं ऽ ते तर हायच! लई मोठी मानसं ती! पन म्या काय करून आलोय वळख." बाबानं हुमाण घातलं.

"आता मला कसं व कळनार? तुमीच सांगा."

"आपल्या तुळसाचं नाव घरकुलात देऊन आलोय. आता किती दिस या पोरीनं असंच राबायचं? तिचं तिला घर होवं. उद्या रामाचं लगीन हुनार. तुळसा काय भावजयीची धुनं धूत बसनार? माजी पोर हाय ती." तुळसा ऐकतेच आहे या भरवशावर बाबा बोलत होता.

घरकुल!

माझं? सवताचं?

तुळसाचं मन भरून आलं.

समजत नव्हतं तवर बरं होतं. आई बा सांगल तेवढं काम केलं की, मन मोकळं होत असे. पण आता या वडाळ मनाला कसं आवरावं हेच तिला कळत नव्हतं. पूर्वी कुनाला हळद लागली, कुठे लगीन असलं की मन हरकून जायचं. आता वरात बघितली की राग का येतो हेच तिला समजत नव्हतं. वावरात राबणारं मन वाऱ्यागत का भिरभिरी करतंय ते कळत नव्हतं. आणि आज बाबा म्हणत व्हता 'तिचं घरकुल बांधणार!'

जेवताना बाबा सांगत होता,

"या गावाला सरकारनं पंचवीस घरकुलं दिल्यात. नुसते पंचवीसशे रुपये. समदा खर्च सरकार सोसनार. पण गरिबास्नी घरं देणार. आपून एक नवा पैसा द्याचा न्हाई. नुसते कागदावर अंगठे उठवायचे आणि घर ताब्यात घ्यायचं!"

घरकुल!

तुळसाचं घरकुल!!

सगळं ऐकून हरकलेल्या तुळसानं भांडी घासून लखलखीत केली. चुलीला पोतेरं केलं. झाकपाक करून ती वाकळीवर लवंडली. रोज कशी झोप घेरून टाकायची. पण आज मात्र डोळे टक्क उघडे. त्या उघड्या डोळ्यांनी ती वरचं छप्पर एकटक न्याहाळत होती.

हे घर बाबाचं खरं! पण त्यातला दगड न् दगड तिनं वर चढवला होता. घर बांधताना पुरुषासारखी ती बाबाच्या बरोबर राबली होती. नदीचं पाणी कळश्या भरभरून आणून माती भिजवली होती. वास्तूकाला बाबानं कौतुकानं गोंड्याच्या पदराची साडी तिला घेतली होती. पण आता या घरात रामाची बायको येणार. हे घर आता आईचं, मग तिच्या सुनेचं.

आणि तुळसाचं घरकुल?

आता होणार होतं. स्वत:चं.

बाबा, आई, रामा आणि रामाची होणारी बायको ही सारी या जुन्या घरात राहणार होती.

कसं असेल ते घरकुल?

अंगणात तुळस लावायचीच! तुळस लावायला जागा नसल तर वाण्याकडनं डालडाचा डबा मागून आणायचा. आणि त्यात तुळस लावून दारात टांगून ठेवायची. चांगलं सभोवती कुंपण करून घ्यायचं. चार फुलांची झाडं लावायची. वाण्याच्या दुकानातली स्टीलची भांडी ती दररोज बघायची. तशी भांडी घ्यायची, स्टो आणायचा. लाकूडफाटा गोळा करायचा कार नको.

पण सामान घ्यायला पैसे कुठनं आनायचं? विचार करता करता तिनं कूस बदलली. तशी गळ्यातली एकदाणी कुशीवर घरंगळली.

"हा! एकदाणी घानवट ठेवता येईल! शंकर सोनार ठेवून घेईल."

पैशाचा प्रश्न सुटला तसा तिचा जीव हलका झाला. सारी चकचकीत भांडी तिच्या नजरेसमोर चमकू लागली.

मग कधीतरी मारुती सुटीवर येईल. तेव्हा त्याला जेवायला बोलवायचं हे तिनं मनाशी ठरवून टाकलं. मिलटरीतला गडी तिचा बालमैतर. सुटीवर येताना तिच्यासाठी काय काय घेऊन येतो. खरंतर तिच्यासंग लगीन लावायचं त्याच्या मनात होतं, पण बाबानं ऐकायला नको? 'माजा पोरगा, माजा पोरगा' करून तुळसाला घरात ठेवून घेतलं होतं आणि कामाला जुंपलं होतं.

जाऊ दे! आता राग कशासाठी? आता आपलं घरकुल होणार. तिनं आपले सारे कडू विचार बाजूला सारले.

पण इंदिरामायला कसं समजलं असल या गावात घरकुलं बांधून द्यावीत? बाबा म्हणतोय की, गोरगरिबांचा तिला लई कळवळा. आणि तिचा बापडीचा लेक

विमानातनं पडून मरावा? तिचे अनेक फोटो गावातून लागत. कधी हात कधी गायवासरू. पण आजवर तुळसाला कधीच असा जिव्हाळा वाटला नव्हता. डोईवर पदर घेतलेली इंदिरामाय तिनं फोटोतनं बघितली होती. न बघताच तिचा चेहरा तिला ओळखीचा वाटत होता. पण आज ती मनोमन इंदिरामायला आठवत होती. आठवण करता करता तिचा डोळा लागला आणि जागी झाली तेव्हा फटफटीत उजाडलं होतं.

दोन भाकऱ्या आणि कोरड्यास पोटात गेल्यावर बाबा तांब्या तोंडाला लावून घटाघटा पाणी प्याला. मागच्या दाराला जाऊन चुळा भरून आला आणि खुंटीचा पटका डोईला गुंडाळत म्हणाला,

"चला तुळसामाय, गरामपंचायतीत अंगठा उठवायला-?"

"खरंच की काय?"

आता बाबा म्हणतोय म्हंजे खरंच!

"मी म्होरं हुतो. तू ये पाठोपाठ. आनी हे बग, कुटं काय बोलू नगस. फुकटचं घरकुल मिळणार म्हंजे गाव गोळा हुनार! म्या तुजा नंबर जिकिरीनं लावून घेतलाय."

तुळसा लगबगीनं उठली. कोनाड्यातल्या कोरभर आरशात बघून तिनं केस नीट केले आणि ती ग्रामपंचायतीच्या दिशेनं निघाली. ग्रामपंचायतीची पाटी तिला वाचता येत नव्हती. पण त्या जागेचं मोठेपण तिला समजत होतं. तिथे गावातली तालेवार माणसं बसत असत. त्या ग्रामपंचायतीत ती जाणार होती. तिचं मन अभिमानानं भरून आलं. 'समदी इंदिरामायची किरपा.' तिनं मनातूनच तिला नमस्कार केला आणि ग्रामपंचायतीच्या दारात ती अवघडून उभी राहिली. तलाठी बाबासंग बोलत होता.

"हे बगा, तुमच्या पोरीचं लगीन झालंया. म्हणजे तिचं खरं घर तिच्या सासरी, होय की नाही? पण तुमच्यासाठी मी तिला याच गावची रहिवासी दाखवतो."

"अवो, पन ती जलमल्यापासनं याच गावात हाय न्हवं? पोरीनं या गावची शीव कधी ओलांडली न्हाई. पाळण्यात लगीन लागलं आन् पाळण्यातच नवरा मेला." बाबा सांगत होता.

"अवो, पण त्ये सरकारला पटवून कोण सांगणार? सरकार तिकडे लांब दिल्लीत. तुम्ही असं करा. तुमी एक शंभर रुपये माझ्याजवळ देऊन ठेवा. माझं काम चोख आहे. पण वरची माणसं पैसे खातात. जर काही घोळ झालाच तर ते शंभर रुपये च्या-पाण्याला देऊ या आणि तुळसाबाईचं नाव मंजूर करून घेऊ या." तलाठ्यानं आपलं म्हणणं स्पष्ट केलं.

बाबा जागचा हालंना. तसा दारात उभ्या असलेल्या तुळसाचं काळीज लकलकलं. आता शंभर रुपयांसाठी बाबा माघार घेतो की काय? आतमध्ये तलाठी सांगत होता,

“विचार करा सुबरावमामा, समदं घरकुल मोफत. आता कागदपत्राला मायंदाळ खर्च येणार.”

बाबा शंभर रुपये आणायला घराकडे निघाला.

“येताना तुळसाबाईला घेऊन या.” तलाठी म्हणाला.

“ती इथं उबी हाय.” जाता जाता बाबा म्हणाला.

“अहो, मग बाईमाणसाला दारात का उभी करता? इंदिरा गांधीचं राज्य आहे. या या! तुळसाबाई, आत या. स्त्रियांना समानतेनं वागवायचं हे आमचं तत्त्व आहे.”

तलाठ्यानं दिलेल्या खुर्चीवर तुळसा अंग चोरून बसली. भिंतीवरच्या घड्याळागत तिचं काळीज हालत होतं. धीर करून तिनं तलाठ्याकडे बघितलं. ती काही विचारणार होती पण त्याची नजर बघून तिचे शब्दच उमटले नाहीत.

“विचारा, तुळसाबाई, काही शंका असल्यास विचारा. तुमच्या सेवेसाठीच आमची नेमणूक आहे.” तो म्हणाला.

“न्हाई मी म्हनते, हे घर बांधून कवा हुनार?” धीर करून ती म्हणाली.

“का? लई घाई झालीय? घर नव्हे. घरकुल. लहानसं. तसं सरकारी काम फार रेंगाळणारं असतं, पण तुमचं घरकुल आम्ही आधी बांधून देऊ. तुमची गोष्टच स्पेशल आहे. आता इथे या टेबलाजवळच्या खुर्चीवर बसा बघू.”

टेबलावर मोठा कागद पसरला होता. त्यावर पेन्सिलीनं खुणा केल्या होत्या. तुळसा टेबलावर वाकून त्या रेघोट्या बघत होती. तलाठी तिच्याकडे बघत होता. पण तुळसाचं मन त्या कागदावरच होतं.

“तुळसाबाई, हा पंचवीस घरांचा नकाशा. आता सांगा, कोणतं घर तुमच्या नावावर करू?” नकाशावरून पेन्सील फिरवत तलाठ्यानं विचारलं.

“मला काय जी समजनार?” तुळसा लाजून म्हणाली.

“म्हणूनच मी तुम्हाला सांगतो, हे कोपऱ्यावरचं घरकुल तुमचं. वारा भरपूर आणि कोपऱ्यावरची जागा निवांत. पण कवातरी च्या-पाण्याला बोलवणार नव्हं?”

“बोलवू या की. आता तुमी इतकी मदत करतायसा?” तुळसा म्हणाली.

तलाठ्यानं टेबलाच्या खणातला कागद काढला. त्यावर तुळसाचं नाव लिहिलं आणि मग शाईची डबी बाहेर काढत तो म्हणाला,

“सही येतीया नव्हं?”

“न्हाई जी.”

मग तिचा हात धरून डाव्या हाताचा अंगठा शाईत दाबून धरला. आणि मग तो अंगठा उठला, तरी बराच वेळ अंगठा त्यानं धरूनच ठेवला होता.

त्यानंतर तुळसा रोज संध्याकाळी बाबा घरी आला की कान टवकारून ऐकायची. बाबा समद्या गावचं बारदान उलगडायचा. पण घरकुलाचं नाव म्हणून

घ्यायचा नाही.

काय झालं असल?

इंदिरामाय इसरली असल का?

तिच्या मनात यायचं. एकदोनदा ती त्या माळावरनं फिरून आली. घरकुलाचं फक्त तिलाच आठवत होतं. बाकी सारं गाव विसरून गेलं होतं. आणि एके दिवशी बाबा सांगत आला,

"उद्याला मामलेदार येनार हाय, कुदळ मारायला. उद्या टेकावर जायला पाहिजे नऊ वाजता.''

तुळसाचा जीव हरखून गेला. शेवटी घरकुलाची सुरुवात होणार होती.

सकाळी चकचकीत कळशी, नारळ, कापूर, उदबत्ती, गूळ, खोबरं सारं घेऊन बाबा-आईसोबत तुळसा टेकावर गेली. गाड्या भरून सायेब आले होते. इंदिरामायचा, तिच्या लेकाचा फोटो टेबलावर ठेवला होता. सरपंचांनी सायबांना पटका बांधला. हार घातला. बायांनी आरती केली. सायेब म्हणाले,

"ही घरकुलं सरकार बांधून देणार आहे. या राज्यात सर्वांना घर असावं, सारे सुखी असावेत हा आमचा प्रयत्न आहे. घरकुलं लवकर पूर्ण होतील पण मग तुमचं कर्तव्य कोणतं? तुमचं कर्तव्य हे की, इंदिराजींचे हात बळकट करणं. हातावर शिक्का मारायचा, हे विसरू नका. निवडणुका समोरच आहेत. अरे, इमानदारीनं वागा. ज्याची भाकरी खाता त्याला चावा घेऊ नका. शिवाजीमहाराजांचे वारस ना आपण?''

सर्वांनी टाळ्या वाजवल्या. सायेबांनी मग हातात कुदळ घेतली. पूजा केलेल्या जमिनीवर कुदळ मारली. भराभर फोटो निघाले. तुळसा आनंदली.

बाबानं घर बांधलं तवा असं काय झालंच नव्हतं. पण तुळसाच्या घरकुलासाठी सारी जमली होती. गर्दीतनं तिचं लक्ष तलाठ्याकडे गेलं. तो तिच्याकडे बघून मिशीतल्या मिशीत हसत होता.

सायेबलोक गेल्यावर एक काळेला माणूस तिथे होता. त्यानं साऱ्या घरकुलवाल्या माणसांना एकत्र बोलवलं.

"मी मुकादम. घरकुलं बांधायचं काम मला मिळालंय. ही घरकुलं मोफत आहेत. पन सरकारी पैसा येनार कवा आन् त्यो मिळनार कवा? अन् ही घरं होनार कवा?''

"व्हय, व्हय.''

"तर आता असं करू या. तुमी पाचपाचशे रुपये मला द्या. मी दगड, माती सारं गोळा करतो आणि बांधकाम सुरू करतो. पटतंय का मंडळी?'' त्यानं प्रश्न टाकला.

“पण सारं मोफत हाय म्हनलास नव्हं?” कुणीतरी पुटपुटलं.

“अवं मोफतच की? सरकारी पैसा आला की, तुमचे पैसे परत. मला काय करायचेत घेऊन? हा! कष्टानं पैसा कमवायचा हे माझं तत्त्व. हरामाचा पैसा घ्यायचा नाही. तुमचं काम लवकर कसं होईल हे मी बगनार. काम लवकर झालं तर तुमाला बी बरं अन् मला बी. सरकारच्या पैशाची वाट बगत बसलं तर कामाला सुरुवात व्हायलाच सा म्हैनं जातील. म्हणून तर म्या ही तोड काढलीया, कसं?”

लोक विचार करू लागले. त्याचं पण खरं होतं. दिल्लीस्न पैसा यायचा आनी मग कामाला सुरुवात व्हायची. लै लांबची ही कानी. त्यापेक्षा पाचशे रुपये भरावे. सरकारी पैसा आला की परत मिळणार होता. मुकादम धा मानसास्नी सोडून कुठे जानार हाय? मुकादम विचारत होता.

“आणि मंडळी घरं कुणाची? माझी का तुमची? मी पंचवीस घरकुलांचे पाचशे रुपये आनू कुठनं? तर तुम्ही आपले पैसे सुरुवातीला घाला आणि नंतर तुमचे पैसे तुमी परत घ्या. आणि दुसरं प्रत्येक घरकुलासाठी एक एक माणूस इथे राबायला आलं पाहिजे.”

“म्हणजे?”

“म्हणजे रोज पंचवीस मानसं इथे आली पाह्जित. पंचवीस घरकुलं पुरी होईस्तवर राबायचं. त्याची मजुरी न्हाई मिळनार. इचार करा. मजुरीनं रोज पंचवीस गडी लावले. दिवसाची मजुरी किती? ते पैसे दिल्लीस्नी यायचं कव्हा? घर होनार कव्हा? तुमाला मजुरी नसल पन घरकुल मिळनार. गांधीबाबानं काय शिकवलं? श्रमदान करा, स्वावलंबी व्हा.”

“मुकादम महाराज, पैसं आमचं. मजुरी आमची. मग घर मुफत कसं वो?” कुणीतरी प्रश्न केला.

“हे पाहा, मोफतचं काय मिळतंय अलीकडे? इंदिरा गांधीच्या समोर हजारांनी प्रश्न? तरी तुमचं आडवाटेचं गाव घरकुल योजनेत मंजूर झालं. नशीब समजा. आमदार सायेबांनी खूप प्रयत्न केले म्हणून झालं. हे बगा, पटत असल तर आत्ताच बोला. न्हाईतर सरकारी पैसा येऊ दे. मग बांधू. वर्स तरी जाणार. तोवर योजना बारगळली तर तुमी तसंच बसनार. पदरात पडतं ते पाडून घेताना थोडंफार सोसावं लागतंय. नंतर हजारानं पैसा मोजतो म्हटलंसा तरी त्याचा उपयोग व्हायचा न्हाई.”

“तसं नग ऽऽ येऊ की मजुरीला. पावनेरला जातोय असं समजू.”

मुकादम समाधानानं म्हणाला,

“पटतंय नव्हं? मग नावं सांगा. कामाला कोण कोण येणार?” मुकादमानं रजिस्टर काढलं.

सर्वांत आधी तुळसाचं नाव होतं. मुकादमानं नावं घेतली आणि तो म्हणाला,

''उद्यापासनं कामाला या. पैसे घेऊन या. बांधून टाकू झटक्यात.''

त्या रात्री तुळसाच्या गळ्यात घरंगळणारी एकदाणी नव्हती. तुळसा रिकाम्या गळ्याला उगीचच चाचपडत होती. सरकारी पैसा आला की बाबा एकदाणी सोडवून आणलच की! त्या विचारानं ती स्वत:चं समाधान करून घेत होती.

बायांच्या सोबतीनं पुरे तीन महिने तुळसा टेकावर कळशी-कळशीनं पाणी चढवीत होती. घरकुलं छपरापर्यंत चढली. खापरी येऊन पडली. पण थाटाला लागणाऱ्या लाकडाचा पत्ता नव्हता. सरकारी पैसा अजून आलाच नव्हता. मग प्रत्येकानं एकेक निलगिरीचं झाड मिनतवारीनं मिळवलं. कुणी पाव्हण्याकडनं, कुणी विकत, तर कुणी मदत म्हणून झाडं आणली होती. मुकादम खूश झाला. असे समजूतदार लोक फक्त याच गावात आहेत असं पुन:पुन्हा म्हणू लागला. छप्पर झालं. खापऱ्या चढल्या. आता फक्त दरवाजे झाले की घरकुल तयार! झाडं विकत घ्यायला एकदाणी घाणवट ठेवून वरती उरलेले पैसे रामजी सावकाराला दिले. आता तिचं घरकुल सजलं होतं. दरवाजा लागला की झालं! पाणी वर चढवून चढवून तुळसा चिपाडासारखी झाली होती. गोरा रंग पार काळवंडून गेला होता. पूर्वी बाबाचं घर बांधताना राबली. आता तिच्या घरकुलासाठी. आई, बाबा कुणालाच पाणी चढवणं जमणार नव्हतं. रामा तर मिशिनीत गुंतलेला. कामाचा भार तुळसावरच. घरचा आणि दारचा पण!

तरीपण ते गोजिरवाणं घरकुल बघून तिला बरं वाटायचं. कुंभारणीकडनं तिनं गेरू घेऊन ठेवलं होतं. दरवाजे लागले की सारं घर ती गेरूनं सारवून घेणार होती. भिंतींना गेरूचा गिलावा करणार होती. पण दरवाजे आणतो असं सांगून मुकादम जो नाहीसा झाला होता तो कुठे परतून आलाच नव्हता. गावची पोरं मात्र त्या बिनदाराच्या पंचवीस घरातनं धुडगूस घालत होती. त्यांना हाकलताना जीव नकोसा होत होता. आता दरवाजे बसणार कधी आणि या घरकुलात राहणार कधी! तुळसा मुकादमाची वाट बघत होती. पण त्याचा पत्ता नव्हता.

आणि एका सांजवेळेला गावचा हळब दवंडी देत होता. नीट ऐकायला येत नव्हतं. भाकरी थापणारे हात थबकून तुळसा जिवाचे कान करून ऐकू लागली. 'घरकुल' इतका शब्द ऐकला मात्र तिचा ऊर लकाकला. हळबाच्या पाठीमागनं 'काय रं ऽ काय रं ऽ ऽ' करीत गेलेला बाबा घरात सांगत आला. उद्याला घरकुलं ताब्यात देणार हाईत. आमदारसाहेब गावात येणार.

तुळसाला बरं वाटलं. आमदारसाहेब म्हंजे साधा माणूस नव्हं. सारखं मुंबई-दिल्लीला त्याचं जाणं-येणं. इंदिरामायसंग त्याचं बसणं-उठणं. आता सरकारी पैसा बी आनला असल. दरवाजे लावनार असल. एवढा मोठा मानूस रिकाम्या हातानं परत येईल?

त्या रात्री तुळसा निश्चिंतीनं झोपली.

सारं गाव सकाळी सकाळी वेशीत जमलं. लेजीम, भजनी मेळा, बँड तयार होता. हारतुरे काठीला लावून माणसं तयार होती. दूर अंतरावर मोटारीची धूळ उडायला लागली. 'आलंऽऽ आलं' अशी कुजबुज सुरू झाली. तुळसाला गर्दीनं काहीच दिसेना. पण जशी मिरवणूक तशी ती पण त्या गर्दीतून चालू लागली.

घरकुलांच्या मधोमध मंडप घातला होता. पताका लावल्या होत्या. सभोवताली पंचवीस बिनदाराची घरकुलं उभी होती. साहेबमाणसं खुर्चीवर बसली. पुरुषमाणसं मांडात आणि बायामाणसं एका घरकुलाच्या आडोशाला उभी राहिली. सरपंच एक एक नाव घेऊ लागला, तशी माणसं आमदारांच्या हातून कागद घेऊ लागली. तुळसाचं नाव आलं तशी तुळसा उठली. कागद घेताना तिचे हात थरथरत होते. आमदारसाहेबांनी तिला थांबवून तिचा फोटो काढून घेतला. लोकांनी टाळ्या वाजवल्या. आमदारसाहेब बोलायला उभे राहिले.

"या गावात मी प्रथमच आलो ते अशा मोठ्या कार्यक्रमाला आलो. मंडळी, मी जर सारखा मुंबईत गेलो नाही तर गावाला लागणारा पैसा आणणार कोण? मग ही अशी घरकुलं होणार कशी? आता ही पंचवीस घरकुलं मंजूर करून घ्यायला मला केवढे कष्ट पडले ते तुम्हाला सांगून पटायचं नाही."

तुळसा ऐकत होती.

म्हंजे घर यांनी दिलं का इंदिरामायनं?

आमदारसाहेब बोलत होते.

"पण या कष्टाचं मला काही वाटत नाही. आज ही पंचवीस घरकुलं उभी केली याचा मला आनंद आहे. दोन महिने मी मुंबईत ठाण मांडून बसलो तेव्हा ही घरकुलं माझ्या भागाला मिळाली. माझा भाग मागासलेला आहे. माझ्या भागातले लोक गरीब आहेत. दोन वेळेला त्यांना पोटभर खायला मिळत नाही मग ते घर कसं बांधणार? माझ्या भागातला माणूस उघड्यावर पडला आहे, हे सारं मी घसा फाटेपर्यंत ओरडून सांगितलं तेव्हा माझं काम झालं. सरकारनं माझ्या भागाला या घरकुलासाठी पैसा मंजूर केला. तुम्हाला मोफत घरकुलं बांधून दिली."

तुळसाचा हात मोकळ्या गळ्याकडे गेला. अखेरीला पैसा आनला तर सायबानं! आता पाचशे रुपये परत आले म्हणजे एकदाणी सोडवून आनायचीच!

पण दाराचं कसं?

तेवढ्यात साहेब म्हणाले,

"बंधूंनो, या घरकुलांना दारं नाहीत, हे मी बघतो आहे. पण सगळ्याच गोष्टी सरकारनं कशा करायच्या? कुठून करायच्या? बोला, सरकार म्हणजे तरी कोण? तुमी-आमी म्हणजेच सरकार नव्हे? या देशाचे राजे आपण आहोत..."

लोकांनी टाळ्या वाजवल्या. तुळसा ऐकत होती.

"आता सरकारनं तुमची घरकुलं मोफत बांधली. बारा आणे सरकारचे, तर चार आणे तुमचे नकोत? तेव्हा फक्त दरवाजे तुमचे तुम्ही करून घ्या. कारण या घरकुलात तुम्हीच राहणार आहात. निदान येवढं तरी सरकारला सहकार्य करा. इंदिराजींचे हात बळकट करा. हातावर विश्वास ठेवा. या घरकुलासाठी ही योजना पुरी होण्यासाठी मामलेदार, तलाठी आणि मुकादम यांनी प्रामाणिकपणे काम केलं. त्यांचं कौतुक करावं तेवढं थोडंच आहे. त्यांच्या सचोटीचं बक्षीस म्हणून ही प्रमाणपत्रं त्यांना देत आहे."

लोकांनी टाळ्या वाजवल्या. बँड वाजू लागला. फटाके फुटू लागले.

तुळसा आतल्या आत धुमसत होती. बाबाजवळ जाऊन ती म्हणाली,

"बाबा, पाचशे रुपय दिलं. थाटाला लाकूड दिलं. तीन म्हैनं बिनमजुरीची हाडं मोडून घेतली. आनी बिनदरवाजाचं हे घर फुकट दिलं म्हनत्यात. तू इचार की सायबाला. आता दरवाजाला पैसा कुठून आनायचा? आनी बिनदरवाजाच्या घरात मी ऱ्हानार कशी?"

तिच्याकडे बघत बाबा म्हणाला,

"तुळसे, डोस्कं फिरलं का काय तुझं? एकली बाईमाणूस म्या घरात ठेवनार कशी?"

"पन हे घरकुल माज्या नावावर घेतलंस न्हवं?" तिनं रागानं विचारलं.

"अगं, ती पळवाट. इथे रामा ऱ्हानार बायकोला घेऊन. तू, मी आनी लक्ष्मी खालच्या घरात. म्हातारपनी सून बघनार न्हाई, तर लेकच बघनार आमास. चल गुमान, घरकुलात ऱ्हातीया!"

ते ऐकून तुळसा जागेलाच खिळून राहिली. सारे फटाके आपटबार तिच्या डोकीत फुटत होते.

बिनदाराचं घरकुल केविलवाणं झालं होतं.

◆

पांगुळगाडा

बसने वाई सोडली आणि पाचगणीच्या रस्त्याकडे ती धावू लागली. घाट लहानसाच, पण वेड्यावाकड्या वळणांनी भरलेला होता. माईची जागा खिडकीपाशीच होती. खिडकीच्या काचेतून त्या खोल खोल राहणारी जमीन आणि वरचे डोंगर बघत होत्या. हवेतला गारवा जाणवत होता. त्यांना बरं वाटलं. थंड हवा त्यांना नेहमीच आवडायची. पुण्यातल्या त्या चौसोपी वाड्यातल्या एका कोपऱ्यातल्या चार खोल्यांत त्यांचं बिऱ्हाड होतं. गेली कित्येक वर्षं त्या तिथेच राहत होत्या. त्या जुनाट वाड्यातल्या उंच खिडकीतून कुठला वारा आणि थंड हवा! बाहेर कोणताही ऋतू चालू असला, तरी त्यांच्या चार खोल्या सदा अंधाऱ्या, ओलसर असत. पाऊस सुरू झाला हे टपटपणाऱ्या पागोळीच्या थेंबातून, गळक्या छपरांतून समजायचं. ऋतू बदलल्याची खूण तेवढीच. एरवी वाड्याच्या चौकात सकाळी धुणी, भांडी; दुपारी वाळवणं आणि संध्याकाळी पोरांचा धुडगूस सुरू असायचा. त्यावरून सकाळ, दुपार, संध्याकाळ झालेली समजायची. एरवी घरातली कामं नित्य नियमाचीच.

आज कित्येक वर्षांनी त्या बाहेर पडल्या होत्या. गार वारा अनुभवत होत्या. कधी एकदा पाचगणीला पोचेन असं झालं होतं.

माधवराव असताना त्यांनी दोन-तीन वेळा 'वाई महाबळेश्वरला जाऊ या' असं धीर करून सुचवलं होतं. शेजारच्या राधाकाकू जाऊन आल्यापासून तर त्यांना खूप वाटायचं.

''आपण काय साहेबलोक आहोत महाबळेश्वरला जायला! म्हणे महाबळेश्वर! लंडनला नको का? मग लग्न करायचं होतं त्या परांजपेबरोबर? आलंच होतं ना स्थळ सांगून?'' नेहमीचंच खेकसणं.

परांजपेंचं स्थळ सांगून आलं होतं आणि ते सोडून माधवरावांशी माईंचं लग्न लागलं होतं. आता परांजपेंचं स्थळ का नाकारलं आणि माधवरावांचं का निवडलं ते माईंना कधीच समजलं नव्हतं. परांजपे कोण होते कोण जाणे! कारण सर्व निर्णय अण्णा आणि काकांनीच घ्यायचे हा त्या घरचा नियमच होता. परांजपेंचं स्थळ आल्याचं माधवराव बोलत त्यावरून समजलं होतं. एरवी माईंना कसं समजणार?

त्यानंतर त्यांनी कधी महाबळेश्वरचंच का, कोणतंच नाव काढलं नव्हतं. निमूटपणे वाड्यातल्या त्या चार खोल्यांत चारचौघींसारखा संसार करत होत्या. माधवरावांना खूश ठेवत होत्या.

''माधवराव, पेन्शन झाली, आता माईंना घेऊन जरा चारीधाम यात्रा करून या.'' कुणीतरी म्हणालं.

''हो हो. जाऊ या. जाऊ या.''

पण माधवराव गेले ते या जगातूनच. माईंच्या जीवनात येतानाही त्यांनी विचारलं नव्हतं की जाताना काही सांगितलं नव्हतं. सर्व निर्णय सदैव इतरांनीच घेतले होते. त्यांना विचारायची गरजच कुणाला कधी वाटली नव्हती. स्वत:ची पोटची पोर- चित्रा-

लहान होती तोवर माईंना विचारून सर्व करायची. सर्व ऐकायची. माईंना केवढी धन्यता वाटायची. तिला न्हाणवणं, नटवणं, वेण्या घालणं, सारं करताना त्यांना अपूर्वाई वाटायची. स्वत:चं काही आहे याची जाणीव त्यांना सुखवायची. चित्रा मोठी झाली. आई म्हणजे नगण्य वस्तू असं तिला कधी व का वाटायला लागलं ते माईंनाच समजलं नाही. तिचे स्कर्ट आखूड असत. पँटवर तंग ब्लाउज असे.

''चित्रा, अगं पोरीच्या जातीनं अंग भरून कपडे घालावे.'' एकदा माईंनी चित्राला हटकलं होतं.

त्यावर चित्रानं उत्तर दिलंच नाही. पण त्यांच्याकडे असं बघितलं की माई पुढचे शब्दच विसरल्या. पुन्हा काही सांगायच्या भानगडीतच पडल्या नाहीत.

बसनं एक मोठं वळण घेतलं. माईंनी पायाजवळची बास्केट नीट केली. आतमधला डबा चाचपून पाहिला. या बसच्या धक्क्यानं आतमधले लाडू फुटणार तर नाहीत ना? बबीला बेसनाचे लाडू आवडतात म्हणून माईंनी साजूक तूप घालून बांधले होते. प्रत्येक लाडवावर बेदाणे लावले होते. तसा बेदाणा दिसला की बबी खूश होते. लहानपणापासून—

लहानपणापासून— त्या सर्वांना जे आवडेल तेच करत आल्या होत्या. इतरांना खूश करायचं. मग स्वत:च्या मनाविरुद्ध का असेना, ते करायचंच. अशीच सवय लागली होती. नव्हे लावून घेतली होती.

माईंचं लग्न झालं. स्थळ चांगलं मिळालं. जावई पगारदार मिळाला यात आई, अण्णा, काका खूश होते.

"पण नवरा मुलगा आक्कीच्या मानानं थोराड हो! आक्की कशी नाजूक, लहानखुरी." आजी पुटपुटली.

"हे बघ, आई, आता कुठला राजकुमार हुडकायचा? गुदस्ता कमळीला उजवली. यंदा आक्की, परत दोन वर्षांनी लिली आहेच. जे पदरी पडलं, त्यातनं एकदा आम्ही सुटलो." काकांच्या बोलण्यानंतर घर कसं चिडीचिप्प! माई तर बोलतच नसत.

लग्नानंतर माधवराव खूश होते. पत्नी आज्ञाधारक होती. मान वर करून बोलत नव्हती. जे हवं, ते हवं तेव्हा देत होती. कोंड्याचा मांडा करत होती. सारं करणाऱ्या माई गप्पच होत्या. काही बोलायचं असतं व त्यांचं बोलणं कुणी ऐकायचं असतं हे त्यांना ठाऊकच नव्हतं.

बस धावत होती. जमीन आणि आकाश यांच्यामधलं अंतर वाढत होतं. मध्ये मध्ये डोंगर येत होते.

माधवरावांच्या जाण्यानंतर माईंना शेजाऱ्यापाजाऱ्यांनी धीर दिला. पेन्शन येत होती. फंडाचे पैसे माधवरावांनी आधीच बँकेत नीट ठेवलेले होते. माईंना तसं काहीच कमी नव्हतं. उलट माधवरावांचा धाक आता नव्हता. त्या चार खोल्यांतून प्रथमच त्या मोकळेपणी श्वास घेत होत्या. नवरा गेल्यावर बायका रोडावतात, आपण मात्र जडावत चाललोय की काय या विचारानं माई संकोचून जात होत्या. आता कधी नव्हे ते त्या संध्याकाळच्या कीर्तनाला जायला लागल्या होत्या. 'मन संसारातून सुटायला हवं.' कीर्तन ऐकून त्यांच्या मनात यायचं.

सुटायला हवं हे खरं, पण अडकलं होतं कधी? कुठल्या पाशांत? नाही म्हटलं तरी आजी गेल्यावर मात्र माई कळवळून रडल्या होत्या. मायेचा जो स्पर्श मिळाला तो आजीचाच. आणि नंतर बबीचा- त्यांच्या नातीचा.

"आई, तिचं नाव बबी नव्हे, बॉबी आहे. कितीदा सांगू गं? मुद्दाम बबी म्हणतेस. उद्या तेच नाव पडेल." चित्रा खूपदा डाफरायची. पण माई नातीला बबीच म्हणायच्या. आत्तापण त्या बबीला भेटायलाच पाचगणीला निघाल्या होत्या. चित्रानं ताकीद दिली होती की भेटायला जायचं नाही.

"तिथे कडक नियम आहेत. मुलांना वर्षातून दोन वेळाच भेटायचं असतं. बाहेरचं खायला द्यायचं नसतं."

तरी माई बबीला भेटायला निघाल्याच होत्या. घरच्या साजूक तुपातलं खायला करून घेतलं होतं. चित्राला विचारलंच नव्हतं. का विचारावं? तिने कुठे विचारलं होतं, बबीला बोर्डिंगात ठेवताना? बबी केवढी रडली. माईंनी विनवण्या केल्या पण...

'तिची पोर ना! मी कोण तिची?'

माईच्या डोळ्यांत पाणी आलं. ते पदरानं टिपताना शेजारी बसलेली मुलगी म्हणाली,

''आजी गार वारा येतोय. खिडकीची काच खाली करून देऊ?''

माईंनी तिच्याकडे हसून बघितलं. सलवार कमीज घातलेली मुलगी, पुस्तकं सावरत माईंना विचारत होती.

''नको गं बाळा. गार वारा बरा वाटतो.'' कानावरून पदर झाकून घेत माई म्हणाल्या, ''आणि तू कुठे चाललीस?''

''मी ना? मी कॉलेजहून येते आहे. आम्ही राहतो पाचगणीला आणि कॉलेज वाईला. रोज जाऊन-येऊन करते.'' ती म्हणाली.

''अगं बाई, हो का? रोज घाट चढउतार करायचा? थंडी-पावसात त्रास होत नाही?''

''अहो आजी, माझा जन्म इथलाच ना? सवयच झालीय.'' ती सहज म्हणाली. खरंच आडवळणं, डोंगरकपारी, दऱ्या, ऊन-पाऊस सवयीनं सारं अंगवळणी पडतं माणसाच्या. माईंच्या मनात आलं. माईसुद्धा त्या आडवळणाला सरावत होत्या.

पण चित्रानं अमरजितसिंगशी लग्न करून जो माईंना धक्का दिला होता तो पचवणं मात्र माईंना फार जड गेलं. माधवराव अचानक गेले. माई सावरल्या होत्या. 'माणूसजन्म आहे. जाणारच. कुणी पुढं, कुणी मागं' असं त्या स्वतःला समजावत राहिल्या.

त्यानंतर चित्राचं वागणं मात्र हाताबाहेरचं होतं. माधवरावांचा तिला धाक होता. आईला विचारून काही करायचं असतं ते तिच्या गावी पण नव्हतं. तिचं कॉलेजला जाणं, मुलांच्या स्कूटरवरून भटकणं, सिनेमाला जाणं, वेळी-अवेळी घरी येणं रोज वाढत चाललं.

''चित्रा, हे असलं वागणं या घरात चालणार नाही.'' आपली आई इतकं बोलू शकते? तिला बोलताना चित्रानं प्रथमच ऐकलं आणि आश्चर्यानं बघितलं. धुक्याचा लोट काचेतून आत आला. माईंनी पण त्या लोटाकडे आश्चर्यानं बघितलं. त्यांना मजा वाटली.

''हे असं रोज धुकं येतं का गं?'' त्यांनी त्या मुलीला विचारलं.

''हो आज्जी. रोज घाटात असंच धुकं असतं.''

माई आणि चित्रांमधली वळणं आणि धुक्याचे लोट असेच वाढत चालले. माई परत आठवणीत हरवल्या.

''अगं, मग लग्न तरी करून टाक. कोण पसंत असला तर सांग. लग्न कर आणि मोकळी हो.'' माई वैतागानं म्हणाल्या.

"लग्न? आई, ते माझे मित्र आहेत." चित्रा हसून म्हणाली.

"मित्र? मित्र म्हणजे?" माईंनी विचारलं.

"आता कसं सांगू? मित्र म्हणजे ज्याच्याशी लग्न करायचं नसतं तो." चित्रानं उत्तर दिलं.

मग लग्न कुणाशी करायचं असतं? या प्रश्नाच्या उत्तरासाठी माईंना जास्ती थांबावं लागलं नाही. एके दिवशी एक सरदारजी मुलाच्या स्कूटरवर बसून तिन्हीसांजेची चित्रा घरी आली. तो बाहेरच्या खोलीत खुर्चीवर बसला.

"आई, हा अमरजितसिंग." माईंनी बघितलं. दाढी, मिशी, पगडीच्या मोहोळ्यातून त्याचे नाक, डोळे फक्त दिसत होते. माईंनी त्याच्याकडे बघितलं न बघितलं केलं अन् चहाचं आधण ठेवायला त्या आल्या. पाठोपाठ चित्रा.

"हे गं काय आई? जीतबरोबर बोलली पण नाहीस ते? त्याचा अपमान नाही का झाला? मी त्याच्याशी लग्न करणार आहे. नीट बघून घे तुझा जावई. नंतर म्हणशील दाखवला नाही."

लग्न? त्याच्याशी लग्न? हातातलं दुधाचं पातेलं सांडशीतून निसटणारच होतं. चहाचा कप त्याच्या हाती देऊन माई समोर खुर्चीत बसल्या.

"हॅलो," तो म्हणाला. याची भाषा कोणती? जात कोणती? आई-बाप कोण? घर कुठलं? माईंना खूप विचारायचं होतं. पण कोणत्या भाषेत बोलायचं? तो चित्राशी काहीसं बोलला.

"आई, जीतला मराठी बोलता येत नाही, पण मराठी माणसं फाऽर आवडतात. तू नऊवारी नेसलीस ना ते त्याला फाऽर आवडलं. मला नेसता येतं का असं विचारतोय." चित्रा उत्साहानं सांगत होती.

'नतद्रष्ट मेला! माझ्या लुगड्याकडे याचं लक्ष कशाला? हे मेले दाढीवाले असेच फसवे, लबाड आणि ही पोर लग्न करणार म्हणतेय!' पण हे सारं माईंच्या मनातलं बोलणं होतं. चित्राला जेव्हा त्या म्हणाल्या, तेव्हा ती उसळली.

"त्याच्या दाढी-मिशीवर जाऊ नकोस. तो हॉकीपटू आहे. सरदारजी असला म्हणून काय झालं? आमचं प्रेम आहे. आणि हे लग्न आता ठरलंय. रजिस्टर लग्न करणार आणि मुंबईला त्याचं घर आहे. तुला त्रासच नाही कसलाच."

लग्न झालं. चित्रा मुंबईला गेली. या साऱ्यात माईंना कुठेच जागा नव्हती. मानपान, आहेर, देणं, घेणं, रुसणं, जावईभोजन, मुलीची पाठवणी- काऽही नव्हतं. अमरजितबरोबर पाया पडायला आलेली चित्रा साडी नेसली होती. गळ्यात मंगळसूत्र होतं आणि लालभडक चुडा भरला होता. पाया पडल्यावर ती जाताना गळ्यात पडेल. रडेल असं माईंना वाटलं होतं. त्याच रडत होत्या. पेटीत जपून ठेवलेला चपलाहार त्यांनी चित्राच्या गळ्यात घातला. माधवरावांची अंगठी मोडून

त्यांनी अंगठीचं नवीन वळं केलं होतं ते जावयाला दिलं. शेजारच्या काकूंनी आरती केली. हातावर गोड ठेवलं. बाहेर मोटारीतून सारखा हॉर्न वाजत होता. चित्रानं आधीच भरून ठेवलेली बॅग अमरजितनं हातात घेतली आणि ते दोघं निघूनपण गेले. त्या आठवणीनं माईंच्या डोळ्यात आत्तापण पाणी आलं.

"आजी, तुम्ही कुठे उतरणार आहात हो?" शेजारच्या मुलीनं विचारलं.

कुठे उतरणार? माईंना तरी कुठे ठाऊक होतं?

"कुठे उतरावं?" त्यांनी तिला उलट प्रश्न केला.

"कुणाला भेटायचंय?"

"माझी नात गं, बबी. इथल्या बोर्डिंगात आहे. तिला भेटायला आले." माई म्हणाल्या. बबीच्या आठवणीनं त्यांचा चेहरा उजळला.

"नात लाडकी दिसतेय आजी?" ती हसत म्हणाली.

"खरं गं बाई. लाखात एक आहे माझी बबी. अशी खूश होईल मला बघून. अगं, मीच वाढवली ना?" माई उत्साहानं म्हणाल्या.

"आज्जी, नात म्हणजे दुधावरची साय असं म्हणतात ना? चला पाचगणी आली. मी तुम्हाला गुजरात लॉजमध्ये पोचवते. तिथून शाळा जवळच आहे." तिनं हसत माईंची बास्केट उचलली, गुजरात लॉजवर माईंची सोय लावून देऊन ती जाताना हसत म्हणाली, "आजी नातीला भेटून पोट भरलं की आमच्या घरी या हं! हा पोऱ्या आणून पोचवेल."

"थांब गं." तिच्या हातावर डब्यातला लाडू ठेवून माई समाधानानं तिच्या पाठमोऱ्या आकृतीकडे बघत होत्या.

किती लाघवी पोर आहे! आई-वडिलांनी चांगलं वळण लावलंय हो! या विचारानं त्या दचकल्या. वळण?

चित्राला वळण लावताना आपण कुठे कमी पडलो?

चांगल्या जमिनीत वाऱ्यानं भिरभिरत एखादं उपरं बी पडून, कडू रोप उगवावं तसं चित्राचं झालं आणि तिच्याच पोटी जन्माला आलेली बबी! किती लाघवी! या आत्ता भेटलेल्या मुलीसारखी?

बबीच्या आठवणीनं त्या हरखल्या. कधी एकदा ती दिसेल असं त्यांना झालं होतं. त्यांनी चहा घेतला. ओचापदर सारखा केला.

"आता बबीला भेटायला आलं की नेहमी इथेच उतरायचं!" या विचारानं त्याच दचकल्या.

"म्हणजे आपण नेहमी येणार आहोत इथे? म्हणजे, परत संसारात गुरफटायचं. पुरे नाही का झाली एवढी परवड?

पायांत चपला सरकवून त्यांनी बास्केट सावरत शाळेच्या रस्त्यावरून चालायला

सुरुवात केली.

"माई, संसारातून मन काढा. माधवराव तसे गेले आणि ही चित्रा अशी गेली. कुणी केली तुमची पर्वा? अहो, शेवटी हे मायाजाळ आहे बरं! काही दु:ख करू नका. देवाचं स्मरण करा. शेवटी तोच या त्रासातून सोडवणारा." शेजारच्या काकू चित्रा निघून गेल्यानंतर माईंना सारख्या सांगत. हळूहळू माई सावरत होत्या. नामस्मरण, पूजा, कीर्तन यांत रमत होत्या.

आणि अचानक एका सकाळी चित्रा भली मोठी बॅग सावरत घरी आली आणि हातात कापडात गुंडाळलेली, टोपी, स्वेटर, मोजे घातलेली पाच महिन्यांची गोरीपान, गुटगुटीत बबी!

माई बघतच राहिल्या. चित्रा पार रोडावली होती. हिला मूल कधी झालं? कळवलंसुद्धा नाही कारटीनं? आणि हिचा अवतार हा असा? ही बाळंतीण! आणि हे मूल- मुलगा की मुलगी!

पण माईंना काही विचारावंच लागलं नाही. तो कापडाचा गोळा माईंच्या हाती देत चित्रा म्हणाली, "हं, ही घे तुझी नात. बॉबी. आता ती इथेच राहील. माझी रजा संपली. मी आणि जीत नोकरी करणार. हिला कुठे ठेवायचं? आया, बेबी- सिटिंग- सर्व बघून झालं. मग जीतलाच तुझी आठवण आली. तुला एकटं वाटत असेल- तेव्हा आता ही इथे राहील. तुला सोबत झाली अन् माझी काळजी मिटली." ती बोलतच होती. माईंना तिला थांबवायचं होतं. फटकारायचं होतं. पण माई बॉबीला ठेवून घेणारच हा चित्राचा आत्मविश्वास होता. कुणाला काही म्हणणं, नकार देणं हे मुळी स्वभावातच नव्हतं.

चित्रा भराभर बॅग उपसत होती. बॉबीचे कपडे, खेळणी, औषधं, दुधाचे डबे, बाटल्या लावून ठेवत होती. ते बघून माई अवाक् झाल्या होत्या. त्यांची संमती घेण्याची चित्राला गरजच वाटत नव्हती. त्या चित्राला बघत होत्या. आणि मांडीवरच्या त्या बाळजीवात नकळत हरवतही होत्या. लाल, गोरे, फुगरे गाल, बसकं नाक, कुरळं जावळ, भरदार मनगट! काळ्याभोर डोळ्यांनी ती बाहुली माईकडे टुकूटुकू बघत होती.

"अयाई गं! डोळ्यांत काजळ नाही, केसांना तेल नाही, हातात मनगट्या नाहीत, कंबरेला काळा दोरा नाही." त्यांचा जीव कळवळला. बॉबीत त्यांचा जीव गुंतला.

चित्रानं पाचशे रुपये टेबलावर ठेवले. बॉबीच्या गालांची पापी घेत चित्रा म्हणाली, "येते मी. दर दुसऱ्या आणि चौथ्या शनिवारी मी येईन. पैसे पाठवीन. जीतचा मित्र अधूनमधून येईल चौकशी करायला. आणि आई, प्लीज्, ते तेल लावणं, काजळ घालणं- काही करू नकोस. गुटी वगैरे घालू नकोस. ड्रॉप्स आहेत

ना? अंघोळीला पाणी फार कढत घालू नकोस.'' ती बोलतच होती.

माई काही न बोलता बॉबीला थोपटत होत्या. चित्रा बोलता बोलता जायला निघाली. पूर्वी लग्न होऊन जाताना किंवा आता बॉबीला सोडून जाताना ती तशीच होती. कुणाच्या पाशात अडकणं, तिच्या स्वभावातच नव्हतं. पण माईंना मात्र प्रत्येकानं पाशात अडकवलं होतं. आधी आजी, त्यानंतर माधवराव, नंतर चित्रा आणि आता बॉबी. प्रत्येक पाशात माई खडीसाखरेसारख्या विरघळून गेल्या, पण पाश मात्र कठीणच राहिले.

''माई अडकलात बरं नातीत. आता कीर्तनं चुकतात, वाचनाला वेळ नाही आणि नामस्मरण तर बबीचंच सुरू झालंय.'' शेजारच्या काकू चिडवायच्या.

''झालंय खरं काकू तसं. पोरीनं जीवच लावलाय. अहो, मी जरा पदराखाली घेतलं नसतं तर या पोरीचं काय झालं असतं त्या मुंबईत? दिवस कसले! कोण कुणाचं नाही बरं!''

माई बबीला कुरवाळत म्हणायच्या. बॉबीची बबी झाली. सारा वाडा तिच्या कौतुकात गुंतायचा.

''माई, तुमची नात मात्र देखणी हो!''

मग मीठ-मोहऱ्यांचा वास घरभर घुमायचा.

जीत आणि चित्रा बॉबीला बघायला आले. बॉबीची बबी झालेली बघून चित्रा किंचाळलीच.

''आई, अगं काय ही टोपडी, पायातले वाळे? ओ माय स्वीट बॉबी! काय हा तिचा अवतार!''

''ओ माय गॉड!'' जावई म्हणाले. ते दोघं इंग्रजीत बोलत होते. माईंनी लक्षच दिलं नाही. आईबापाला सोडून बबी माईंना बिलगली याचीच माईंना अपूर्वाई वाटली.

''बबी, जेवा राणी! एक घास चिऊचा.''

''चांदोमामा येनाल, बबीराणीशी खेलनाल.''

माईंना बालपण परत मिळालं होतं. बबीला न्हाणवणं, भरवणं, झोपवणं, फिरायला नेणं... यात देवपूजेला वेळच नसायचा.

''दमले गं बबे! किती धावू गं तुझ्या मागनं!'' त्यांनी असं म्हटलं की पुढं धावणारी बबी मागं वळायची आणि माईंच्या गळ्याला विळखा घालून, गालावर गाल घासून लाडिकपणानं म्हणायची, ''आज्जी गं.''

चालता चालता माईंना भास झाला की बबी हाक मारतेय. तसा भास त्यांना अलीकडे सारखाच व्हायचा.

गार वाऱ्याचा लोट अंगावरून सरसरून गेला. माईंचं अंग शहारलं. गार वाऱ्यानं आणि आठवणींनीही.

बबी चौथ्या इयत्तेत होती. पहिल्या नंबरानं पास होत होती. ती पास झाली की माई सत्यनारायण घालत. बबीला पूजेला बसवत. सारी बिऱ्हाडं तीर्थप्रसादाला येत आणि नेहमीप्रमाणे चित्रा एका वादळवेलीसारखी आली. भली मोठी सूटकेस आणि नेहमीचीच घाई, गडबड अन् बडबड.

''कम् ऑन् बॉबी. तुला आता मोठ्ठ्या शाळेत ॲडमिशन मिळालीय. खरंतर उशीरच झालाय. पण जीतनं वशिला लावला तेव्हा कुठे प्रवेश मिळाला. त्याची यादी केवढी. केवढाली खरेदी. गेले आठ दिवस मी फक्त तयारी करतेय. चला आज निघायचं.''

''अगं, कुठे नेते आहेस तिला? ही शाळा वाईट का आहे? पहिल्या नंबरानं पास होतेय, इंग्रजी बोलतेय. मी सोडायची नाही तिला, सांगून ठेवते.'' बबीला जवळ घेत माई म्हणाल्या. बबीनं त्यांच्या कंबरेला मिठी घातली होती. ती रडत होती. माई कळवळल्या होत्या.

''सोडणार नाही. म्हणजे? इथे ठेवून तिला 'घाटी' बनवायची नाही मला. तिला मॉड जगात जगायचं आहे.'' चित्रा ताडदिशी म्हणाली.

''मग आधी ठेवलीसच का? मला या पाशात गुंतायचं नव्हतंच. ठेवतानाही विचारलं नाहीस आणि नेताना पण विचारत नाहीस? तू काय समजलीस मला? फक्त एक पांगुळगाडा? गरज संपली की कोपऱ्यात फेकला जाणारा? सगळे निर्णय तूच घ्यायचे आणि मी मानायचे?'' माईंना संतापानं बोलता येत नव्हतं. सारा साचलेला संताप उफाळून आला होता.

हसून चित्रा म्हणाली, ''आई, मला दया येते तुझी. ज्या वेळी बोलायचं, तेव्हा बोलली नाहीस आणि आता मला ऐकवतेस! माझ्या लग्नाचा निर्णय मीच घेणार होते— बॉबीला इथे ठेवलं, कारण मी अडचणीत होते. त्या वेळी तू ठेवून घेतलं नसतंस तर मी आया ठेवली असती. तुला एकटं वाटू नये म्हणून मी इथे ठेवलं बॉबीला, तुला विरंगुळा म्हणून!'' चित्राचं बोलणं ऐकून माई थंडगार होत चालल्या होत्या.

गेली आठ-नऊ वर्षं आपण खोट्या आभासात जगत होतो? मूळ चित्राच आपली नव्हती, मग बबी आपली कशी होणार? हे आपल्याला समजलं कसं नाही? आपण गुंतलो कशा? ते नाजूक पाश आपल्या हातानं गळ्यात घालून कसे घेतले? या जाणिवेनं— या जाणिवेनंच—

माई हतबद्ध झाल्या होत्या. त्यांनी कोरड्या मनानं बबीचे स्वत:च्या कंबरेभोवतालचे हात सोडवले आणि चित्राच्या हाती सोपवलं. बबी रडत होती.

''आज्जी. आज्जी गं. मी जाणार नाही. मी जाणार नाही.''

तिचं रडणं मोटारीच्या आवाजात मिसळलं. विरून गेलं. माईंनी निग्रहानं मन

आवरलं. पण त्या सुन्या घरात त्या भरल्या नजरेनं वावरत राहिल्या. उदासल्या.

'आज्जी, आज्जी गं.'

बबीची हाक त्यांना झोपू देत नव्हती. आणि त्या हाकेनंच त्या पाचगणीत पोचल्या होत्या. मन कोरडं करायचं ठरवूनही ओलावल्या. मनानं इथवर आल्या होत्या. बबीच्या शाळेचा रस्ता चालत होत्या. थंडगार, बधिर करणारा वारा सोसत होत्या. बबी, बबी- कधी बघेन तिला?''

कशी बिलगेल? ''आजी, आजी गं.''

साय, भात, साजूक तुपाचा घास तिला भरवताना माईंना परब्रह्म आठवायचं. तिनं घास घेण्यासाठी आ केला की त्या बालमुखात साऱ्या विश्वातला आनंद दिसायचा. रात्री कुशीत झोपताना रोज तिला सोनपरीची गोष्ट सांगायला लागायची. अंघोळ घालण्यापूर्वी तेल लावून घ्यायची. साऱ्या बिऱ्हाडातून तिच्या पैंजणाची दुडुदुडु पावलं वाजायची.

''इथे राहून घाटी होईल ती.''

घाटी? असं प्रेमळ वातावरण मुलांना घाटी बनवतं? आणि या बोर्डिंगात त्यांना प्रेम मिळणार? शाळेच्या कुंपणाजवळ लावलेली मेंदी कात्रीनं एकसारखी कापली होती. या कात्रीनं सारे लागेबांधे छाटून, इथली मुलं एकसारखी वाढवली जात असणार. घाटी.

मनमोकळ्या भरारत्या वाऱ्यात ऊन, सावली, थंडी-पावसात दवबिंदूंनी ओलावल्या अंगांनी घाटातली रोपं तरारून वाढतात. तो घाट बघतच तर माई इथवर आल्या होत्या. त्या ऊन-पावसातच तर खरी वाढ होते आणि अशी प्रेमळ वातावरणात वाढणारी मुलं 'घाटी' कशी?

माई शाळेच्या पटांगणात पोचल्या होत्या. एकसारखे कपडे, बूट, मोजे, स्वेटर्स घातलेली मुलं-मुली धावत होती. पळत होती- एकमेकांना हाका मारत होती.

''यातून बबीला कसं हुडकायचं?'' त्यांनी इकडेतिकडे बघितलं. एक खाकी कपडे घातलेला पोऱ्या चालला होता.

''शूऽ ए बाबा, आमच्या बबीला जरा बोलावतोस?''

''त्ये बगा. हाफीस. तिथे इचारा.'' त्यानं एका कौलारू इमारतीकडं बोट दाखवलं.

ऑफिस? अजूनी माई कोणत्याच ऑफिसात गेल्या नव्हत्या. हातातली बास्केट घट्ट धरून माई त्या इमारतीत शिरल्या.

''येस?'' एक फ्रॉकवाली खुर्चीवर बसली होती तिनं विचारलं.

''मी बबीला भेटायला आलेय!'' माई कसंबसं म्हणाल्या.

"बबी? सॉरी मॅडम! पण आम्ही असं मुलांना भेटू देत नाही. फक्त पालकभेटीचे ठरलेले दिवस असतात तेव्हाच भेटायचं असतं." ती म्हणाली.

"अहो, मी तिची आजी. पुण्याहून आले. नुसतं बघते आणि जाते. माझ्या फार सवयीची आहे हो. तेवढं बघते आणि जाते." माई अजिजीनं म्हणाल्या.

'तिथे जाऊ नकोस. नियम फार कडक आहेत. भेटू देणार नाहीत.' चित्रानं सांगितलं होतं.

आता खरंच भेटू देणार नाहीत की काय, या विचारानं माई चरकल्या.

"नाव काय म्हणालात?" ती रजिस्टर चाळत म्हणाली.

"बबी."

"बबी! या नावाची मुलगीच नाही इथं." ती पानं उलटत होती.

"नाही! हं. हो. बॉबी! बॉबी नाव आहे तिचं." त्या उत्साहानं म्हणाल्या.

"बॉबी?"

थोड्या वेळानं ती म्हणाली - "हे पाहा, बॉबी अमरजित वाधवा."

"हो. हो. तीच तीच बबी." माई उत्साहानं म्हणाल्या.

"सॉरी! तुम्ही भेटू शकणार नाही." रजिस्टर बंद करत ती म्हणाली.

"पण का?" माईंना राग आला. त्यांचा आवाज जरा वरच चढला.

"कारण तुम्ही तिच्या कुणी नाही."

"अहो. मी आजी तिची. मीच वाढवली. अंगाखांद्यावर खेळवली. मी कुणाची नाही असं कसं म्हणता?" त्या आता रडवेल्या झाल्या.

"नियमाप्रमाणं फक्त मिस्टर आणि मिसेस वाधवाच भेटू शकतात. पालक म्हणून त्यांचीच नावं आहेत." ती घड्याळाकडे बघत उठली. ऑफिस बंद होणार होतं.

"अहो. असं करू नका. तिला एकदा बोलवा. मी फक्त बघते आणि जाते. ती मला ओळखेल. माझ्याशिवाय प्रथमच दूर राहिलीय ना?"

त्या बाईनं त्रासिक नजरेनं बघितलं. "गणू, त्या बॉबी वाधवाला बोलावून आण." आणि बूट टक् टक् वाजवत, पर्स सावरत ती फ्रॉकवाली निघून गेली.

टोपी नीट करत गणू म्हणाला, "आजीबाई आता पोरं लांब मैदानावर आहेत. थंडी केवढी? वाईच च्या-पान्याला द्या. आनतो बलावून."

माईंनी कनवटीचे दोन रुपये त्याच्या हातावर ठेवले. तो गेला आणि माईंना हायसं झालं. शेवटी त्या बबीपर्यंत पोचल्या होत्या. तिला भेटणार होत्या. कुरवाळणार होत्या. कधी येणार ही?

बाकावर बसलेली माईंची चुळबुळ सुरू होती. नजर भिरीभिरी दाराकडे लागली होती.

'पांगुळगाडा— हं. पांगुळगाडा म्हणे! तीन चाकांचा. एक चाक तुटलं माधवराव गेले तेव्हा-

चित्रा लग्न करून गेली अन् दुसरं चाक निसटलं. मागची दोन्ही चाकं निसटली. तरी पांगुळगाड्याचं पुढचं चाक होतं बबी. ते लहान असतं, पण घट्ट असतं. त्यावरच हा पांगुळगाडा चालतो.'

बाहेरच्या व्हरांड्यात बुटांचे टक् टक् आवाज आले तशा माई विचारातून जाग्या झाल्या.

"बबी, बबीच आली असणार. अशीच धावते लहानपणापासून-" माई उभ्या राहिल्या.

दरवाजात बबी आणि चार-पाच मुली उभ्या होत्या.

"बबे, बबे गं." माई झेपावल्या. तिला मिठीत घेतलं. त्यांच्या गालावरून पाणी वाहत होतं. त्यांचे थरथरते हात तिला कुरवाळत होते.

"बबे, कशी आहेस चिमणे! जेवण आवडतं? आणि अगं पोरी, या अशा थंडीत कुठे खेळत होतीस?" त्या पदरानं तिचे हात-पाय पुसायला लागल्या. बबी त्या अचानक हल्ल्यानं हादरून गेली. तिच्या मैत्रिणी तोंडावर हात ठेवून हसायला लागल्या.

"बॉबी- ओ! नो बबी."

आजीच्या मिठीतून सोडवून घेत बबी म्हणाली, "आज्जी, बॉबी म्हण. आणि जमिनीवर बसू नकोस. बाकावर बैस."

"बरं बाई, बाकावर बसते." बाकावर बसत त्या म्हणाल्या.

"आता सांग बॉबी, जेवण आवडतं?"

"हो. गरम गरम पोळ्या असतात. मी चार पोळ्या खाते. सगळ्या भाज्या खाते. चिकन खाते." ती सांगत होती. माईंना साय-भाताचा चिमणघास आठवत होता.

"बबे, अं बॉबी, वाड्यातल्या मैत्रिणी तुझी आठवण काढतात. तुला येत नाही त्यांची आठवण?"

"आणि या काय नव्या मैत्रिणी? रिटा, पिंकी, जगी? खूप खेळतो. अभ्यास शाळेतच करायचा. एरवी खेळ. आज्जी, टी.व्ही.पण आहे."

"आणि अंघोळ कोण घालतं?" माईंच्या घशात अवंढा आला होता.

"अंघोळ? आया आहे ना? ए आज्जी- पण प्लीज, मी जाते गं! मैत्रिणी हाका मारतात बघ." ती उठली.

"अगं, अगं लाडू आणलाय बेसनाचा. बेदाणे लावलेला. आवडतो ना तुला?" त्या डबा काढत म्हणाल्या.

प्रत्येकीच्या हातावर एक एक लाडू ठेवत त्या म्हणाल्या, ''खा.'' तोवर लाडू खाऊन संपला पण!

''अच्छा आज्जी, बाय.'' बबी दरवाजाकडे वळली.

माईंनी बळेच तिच्या गालाची पापी घेतली. बबीनं हातानं गाल पुसला.

''हे गं काय आज्जी? मी लहान का आहे आता?'' ती पळत सुटली. उतार होता.

'अगं पडशील.' सवयीनं माई म्हणणार होत्या. पण पांगुळगाड्याचं तिसरं चाक आता वेगानं घसरणीला लागलं होतं.

बिनचाकाचा पांगुळगाडा मात्र केविलवाणा होऊन जागेवरच रुतला होता. निरुपयोगी झाला होता.

◆

हवेली

सूर्यकिरणं हलक्या पावलांनी आकाशात उतरत होती. भला मोठा लालभडक गोळा डोंगराआडून डोकावत होता. थंडगार हवा, नदीतीराचा गारठा सर्वत्र पसरवत होती. हवेलीच्या गच्चीत उभ्या असलेल्या मधुवंतीला त्याचं भानच नव्हतं. तिची सारी नजर त्या धूसर हवेतून नजरेस पडणाऱ्या पलीकडच्या तीरावरच्या वाड्याच्या उंच, उभट, निमुळत्या होत गेलेल्या मनोऱ्याकडे लागून राहिली होती. आता सूर्यकिरणं आकाशभर संपूर्ण पसरली, म्हणजे त्या मनोऱ्याचा सोनेरी कळस झगमगणार होता. तो झगमगलेला बघणं, त्याला नजरेत साठवणं इतकंच तर आता ती करू शकत होती. पूर्वी तो कळस सोन्याचा होता. सरकार असताना कळसच का मधुवंतीचं सारं जीवनच सोनेरी किरणांनी झळझळत असे.

सरकार गेले... मधुवंती मागं उरली.

वैभव गेलं... जीर्ण वास्तू मागं उरली.

मधेच कधीतरी सोनेरी कळस रातोरात चोरीला गेले होते. मधुवंतीनंच मग ते पितळेचे कळस बसवून घेतले होते. दृष्टी आता अंधूक बनली होती. पण तरी ते कळस, त्यावरची पहिली सूर्यकिरणं बघणं अजून थांबलं नव्हतं.

दृष्टी अंधूक बनली होती पण मन मात्र सदाच सतेज, आठवणीत गुरफटलेलं होतं. प्रत्येक दिवस, त्यातली घटना, क्षण मनात काल घडल्याइतका ताजा होता. कधी सुखावत होता, कधी दुखावत होता, कधी मन कातर बनवत होता... घायाळ करत होता.

समोरचा कळस झगमगायला लागला. त्या स्वच्छ प्रकाशात मधुवंतीच्या अंधूक दृष्टीला आजपण स्पष्ट दिसत होता एक देखणा चेहरा, त्याच वेळी. याच

घडीला ते तिथे उभे असत तिला पाहायला.

त्या आठवणीवर आत्तासुद्धा तिच्या जीर्ण चेहऱ्यावर स्मित उमटलं.

युगं सरतील... वर्षं जातील... हे शरीर जे कधी टवटवीत होतं ते थकून जाईल. पण... पण... त्या आठवणी...

ते तरल, मुग्ध क्षण...

बेभान होण्याचे ते भारलेले, मंतरलेले दिवस...

ते सरणार थोडेच...?

त्याला साक्ष होतं हे वेदवतीचं अथांग पात्र.

त्याला साक्ष होती ही पाच मजली हवेली. खास बांधलेली.

जिच्या गच्चीवर उभी असणारी मधुवंती, उंच टेकडीवर उभ्या असलेल्या वाड्याच्या सौंधावरून सहज दिसावी अशी जागेवरची ती हवेली...

पद्धतीनं... हौसेनं बांधलेली.

आता सारं संपलं होतं. सरकार गेले. मागोमाग वैभव गेलं. वाडा ओस पडला. नातेवाईक उंदीर, घुशीसारखे आत घुसले. ज्याला जे मिळालं ते त्यानं लुटलं. जिथे जागा मिळाली तिथे वस्ती केली. एका प्रचंड वास्तूचे अनेक तुकडे झाले. एक सुरेख शिल्पाकृती फुटून त्याचे अनेक तुकडे दहा ठिकाणी विखरावे तसे...

तसा तो वाडा...

ते घराणं... फुटून, तुटून गेलं.

तो दरारा, ते वर्चस्व, तो रुबाब, आब संपलं.

उरले मागं ते घरभेदे.

फक्त अभंग उरलं एकच... मधुवंती. तिचं प्रेम, तिची भक्ती, तिची निष्ठा...

ती जपत, भरल्या मनानं त्या रित्या हवेलीत ती राहत होती. ती हवेली तिची होती. तिला तिथून हलवणं कुणालाच शक्य नव्हतं. ते धाडस नव्हतं म्हणून तर आजसुद्धा मधुवंती त्या वास्तूत राहत होती. आठवणींची माला जपत होती. घेतलेला वसा पाळत होती.

ज्या दिवशी थोरल्या सरकारांना, सर्जेराव आणि मधुवंती यांच्या मुग्ध प्रणयाची वार्ता समजली, तेव्हा ते संतापानं बेभान बनले होते.

''सर्जेराव.'' करड्या सुरात हाक आली.

''जी...''

''काय ऐकतोय आम्ही? तुम्ही आमचे थोरले चिरंजीव. त्या कुशाबाच्या पोरीसंगं, मळाभर धुडगूस घालताय? खरं आहे?''

आबासाहेबांची करडी नजर पेटत्या पलित्यासारखी धगधगत होती.

''धुडगूस? नाही जी. ती माझी बालमैतर. पण आता मी लग्न करणार आहे

तिच्याबरोबर.''

तेवढंच धीमं उत्तर आलं. ते ऐकून भिंतीवरची भरलेली बंदूक हाती घेत आबासाहेब कडाडले,

''लगीन? माळ्याच्या पोरीसंगं? डोचकं ठिकाणावर हाय न्हवं? नाहीतर मला ते ठिकाणावर आणावं लागेल.''

''आबा, जात-पात, घराणं, पदर सगळं कुठल्या कुठे मागं सरलं. दिवस बदलले. माणूस चंद्रावर पोचला. आपण किती दिवस या बांडगुळांना चिकटून राहणार आहोत?''

''सर्जेराव, चार डिग्र्या मिळाल्या म्हणून सोताला मोठं ग्यानी समजू नका. माणूस चंद्रावर गेला तरी धरतीवरचीच हवा त्येला जगवती न्हवं? ते तोंडाचं, नाकाचं झापड लावून, धरतीची हवा घेतच ना मानूस चंद्रावर जातोय? धरतीवरच्या मानसानं धरतीवरच्या मानसागतच वागावं.''

''म्हणजे कसं?''

''वर्णसंकर करू नये. नीच जातीशी संबंध जोडू नये. धर्मात काय सांगितलंय? आपण सरकार मंडळी. लगीन करताना तालेवार घराणं बघूनच पोरगी करायची.'' आबा बंदुकीच्या दस्तावर हात फिरवत म्हणाले.

''म्हणजे काय होईल?''

सर्जेरावच्या निर्भीड प्रश्नानं आबासाहेब चमकले होते.

''तुम्ही आमचे थोरले चिरंजीव. वंश वाढवणारा एक वंशज! तुमचा लग्नसंबंध तोलामोलाच्या घराण्याशीच जोडला जाईल.''

''माफी असावी आबा. ते काम आपण धाकट्या बाजीरावावर सोपवावं. मी लग्न करणार ते कुशाबाच्या मुलीबरोबरच.''

''सर्जेराव, मग आमचाही निर्णय ऐका. ज्या दिवशी लगीन होईल त्याच दिवशी या बंदुकीच्या गोळीनं आम्ही स्वत:ला संपवू.''

''आबा.'' दुखावल्या सर्जेरावांनी खांबाचा आधार घेतला, ''आबासाहेब, आपण समजून घ्यावं.''

''तुमचा निर्णय आम्ही ऐकलाय. आमचा निर्णय तुम्ही ऐकलाय. यानंतर तुम्हाला योग्य वाटेल ते करा.'' पाठमोरे आबासाहेब दाराचा मण्यांचा पडदा सारून आत गेले. मण्यांचा किणकिणाट मंद होत विरून गेला. एका शांततेनं वाडा स्तब्ध झाला. मन मात्र सैरभैर बनलं.

विहिरीच्या काठाजवळच उंबराचं मोठं झाड होतं. त्याच्याखाली घोंगडीवर मानेखाली हात ठेवून सर्जेराव निजले होते. उंबराची फळं खात खारी चपळाईनं इकडेतिकडे पळत होत्या. सारा परिसर शांत होता. बांधावरून मधुवंती झपाझप येत

होती. तिच्या साडीचा पदर टपोऱ्या जांभळांनी गच्च भरला होता. उन्हानं गोरा चेहरा लालबुंद झाला होता. भराभर चालण्यानं ऊर धपापत होता.

आजवर असं कधीच झालं नव्हतं. सर्जेराव मळ्यात आले आणि मधुवंतीला न भेटताच मळ्यामधल्या विहिरीकडे निघून गेले होते. रोज आधी त्यांची स्वारी कुशाबाच्या झोपडीकडे जात असे. झाडांना पाणी घालणारी, खुरपणारी मधुवंती हरीणगतीनं धावत येई. आणि मग सारा दिवस मळ्यात इथे, तिथे फिरण्यात सरे. कधी आंबराई, कधी काजूच्या झाडांमधून, कधी विहिरीकाठी! दोन जीवांची प्रीती या सर्व मळ्याला, झाडापानांना आता समजून आली होती. दिवस सोनपावलांनी उगवत असे आणि जड पावलांनी सरत असे.

पण आज... आजचा प्रकार... वेगळाच होता. बांधावर उभी असलेली मधुवंती सर्जेरावांना पाहत होती. नजर आभाळाकडे लावून, विचारात ते हरवून गेले होते. काय झालं असेल?

मधुवंतीनं बांधावरनं उडी घेतली. सर्जेरावांच्या बाजूला बसत, खट्याळ हसत ती म्हणाली,

"स्वारी रुसलीय?"

उत्तर आलं नाही. ती चमकली.

"काय झालं? सांगा तरी?"

"मधुवंती, एक ऐकशील?"

"एक का दहा सांगा. वाटेल ते सांगा. सांगून तर बघा."

"वेडे पोरी, हे सारं विसरून जा. जाशील?"

"सरकार." ती पार हादरली होती. "काय सांगितलंसा? वाट्टेल ते सांगा, पण तुम्हाला इसरू? आणि कुणासाठी जगू? त्यापेक्षा विष द्या. आनंदानं घेईन." ती रडत होती.

उठून बसत सर्जेराव म्हणाले,

"ऐक मधुवंती. आपण बालपणीचे सवंगडी. पण आता तू मोठी झालीस. तुझं लग्न केलं पाहिजे. पण ते लग्न माझ्याशी होणार नाही. तुला फसवणं मला जमणार नाही. तुला मी रस्त्यावर आणून बसवू?"

"मग लगीन करू या." भाबडेपणानं ती म्हणाली.

"तू फार सरळ आहेस गं! आज आबांनी मोठं संकट समोर आणून उभं केलंय. नको, मधुवंती या आगीशी खेळू नकोस. मी कुशाबाला आजच सांगतो. चांगला मुलगा बघ. लग्न कर, सुखी हो."

"कुणाशी लग्न? परक्याशी? सरकार, एक तुम्ही सोडलंत तर सगळं जग मला परकंच आहे."

“आबा करारी आहेत. बोलतील तेच करतील. त्यांचा बळी घेऊन आपण कोणतं सुख भोगणार आहोत? आपण लहानपणापासूनचे खेळगडी, तसेच निरागस आजही आहोत. पण मधुवंती, इतकं निरागस जग नसतं.” त्याचा चिंताक्रांत चेहरा बघून मधुवंतीच मग हसली. ती म्हणाली,

“इतकंच ना?” थोरलं सरकार सांगतात तेच खरं. कुठे तुमी, कुठे आम्ही? मी सांगू? आपण सरळ चांगली मुलगी बघा आणि लगीन करा. या मधुवंतीसारख्या हज्जार मधुवंती जीव ओवाळून टाकतील.”

तिच्या केसांची एक बट कपाळावर आली होती. साडीच्या काठांतून नाजूक चेहरा वेगळ्याच कांतीनं तरारून उठला होता.

खिन्न हसून सर्जेराव म्हणाले,

“जीव ओवाळतील पण माझ्या दौलतीवरून. माझ्यासाठी जीव टाकणारी मधुवंती दुसरी असणार नाही. नाही मधुवंती, मी लग्न करणार नाही.”

“मग काय साधू, बैरागी होणार?”

खळखळत्या झऱ्यासारखी ती हसली.

“तसं समज, पण मी लग्न करणार नाही. आणि यापुढं तुलाही भेटणार नाही.”

“पण का?”

पाणावल्या डोळ्यांनी मधुवंतीनं विचारलं. तिचे हात थरथरत होते. घसा सुकला होता, अंगातलं त्राण संपलं होतं.

“मधुवंती, लग्न न करता आपण भेटणं हे लोकापवादाला कारण ठरेल. तू स्त्री आहेस. कुशाबाची लेक असलीस तरी घरंदाज आहेस. माझं तुझ्यावर प्रेम आहे. तुला रस्त्यावरचे चिखल, दगडगोटे सोसावे लागतील ते मी बघू शकणार नाही. प्रेम ते असतं मधुवंती, जे आधार देत जपतं, बेवारशी करून टाकणारं प्रेम प्रेमच नव्हे.”

सर्जेरावांचं बोलणं ऐकून मधुवंतीचा धीर सुटला.

“सरकार, खरं सांगते. सावताबाबाची शप्पथ घेते, मला काही नको. नुसतं एकदा... एकदा दर्शन द्या. दिवसातून एकदाच मला भेटत चला. नाहीतर मी जगणार नाही.”

“ ‘एकदाच’ हा एकदाच घात करतो. हा ‘एकदाच’ जन्माचा नाश करतो. नाही. मी तसं होऊ देणार नाही. आजवर आमच्या घरातल्या पुरुषांनी वैभव भोगलं. गाव उपभोगलं... पण का कोण जाणे, आमचंच मन देवानं असं का घडवलं? माझी मधुवंती अशीच निर्लेप असायला हवी. अवघड व्रत आहे, पेलशील?”

त्याच्या पायावर माथा टेकवून रडत ती म्हणाली,

"सरकार... काय वाट्टेल ते सांगा. सोडून दूर व्हावा पन तोडू नका. माझ्या नजरेत तुम्ही राहायला पाहिजे."

"एकटी स्त्री! कशी मुकाबला करशील? रानातच नव्हे तर जनातसुद्धा लांडगे, कोल्हे, साप, गिधाडं वखवखून फिरत असतात. मधुवंती, स्त्रीच्या चारित्र्यावर शिंतोडे उडवणं हा त्यांचा खेळ असतो. त्याचीच नशा त्यांना चढलेली असते. सीतेलासुद्धा बदनाम करणारा हा समाज...

"तुझ्यासारख्या अश्राप जीवाला जगू देणार नाही." मधुवंती काष्ठवत झाली होती.

तिचा डोकीवरचा पदर सारखा करत ममतेनं सर्जेराव म्हणाले,

"तू काळजी करू नकोस. मी आहे ना! माझ्यावर सारं सोपव..."

दोघांच्या नजरेतून वेदवतीचं अथांग पात्र उन्मळून वाहत होतं.

आणि वेदवतीच्या तीरावर हवेलीचं बांधकाम सुरू झालं. अलीकडच्या तीरावर उंच टेकडीवर वाडा होता. बरोबर त्याच्या समोरच हवेली उठत होती. मध्ये होतं नदीचं अथांग पात्र!

सर्जेरावांनी आबांचा शब्द मानला होता. मधुवंतीशी लग्न केलं नव्हतं. ते कुणाशीच लग्न करणार नव्हते. बाजीरावाचं लग्न थाटामाटानं झालं होतं. वंश वाढला होता. तशीच हवेली पूर्ण होत आली होती.

सर्जेराव स्वत: उभं राहून सारं बांधकाम पूर्ण करून घेत होते. पाचव्या मजल्यावर एक गच्ची बांधली होती. तिथं उभं राहिलं की समोरचा वाडा, त्याची गच्ची, मनोरा नजरेत येई. हवेली पूर्ण होता- होताना थोरले सरकार, कुशाबा दोघं जण या जगात उरले नव्हते. मधुवंतीला त्या सर्व वर्षात एकदाही सर्जेराव भेटले नव्हते. तिची काळजी घेणाऱ्या विठा, रखमा, चंद्रा या कुळंबिणी सर्जेरावांनी मळ्यात ठेवल्या होत्या. हवेली पूर्ण झाली त्या दिवशी...

त्या दिवशी सर्जेराव मळ्यात आले. किती वर्षं सरली होती? कुणी मोजली होती? समोर उभी असलेली मधुवंती बघून त्यांच्या डोळ्यातून धारा वाहू लागल्या. किती बदललं होतं सारं! तो अवखळपणा, खट्याळपणा, लाजरं हासू, सारं मावळलं होतं. समोर उभी होती एक शांत, स्निग्ध स्नेहधारा, विरागिनी, चेहऱ्यावर विलक्षण शांत भाव, नजरेतलं आर्जव, अगत्य मात्र तेच होतं. मात्र त्या नजरेतल्या सळसळत्या ज्योतीची आता निरांजन झाली होती. नजरेनं आरती ओवाळत होती.

"किती बदललीस?"

"आणि आपण? केससुद्धा पांढरे झाले. स्वत:ची कशी दशा करून घेतलीत? माझ्यापायी घडलं सारं. नाहीतर साऱ्या वैभवाचे स्वामी आपण! असे विरागी बनला नसतात." खिन्न हसून मधुवंती म्हणाली.

"वैभवाचे जे स्वामी बनलेत, त्यांचं सुख बघतोय मी! दारू, गाणी-बजावणी सारी व्यसनं वाड्यात घुसलीत. बदलत्या काळाचं भान नाही, खर्चाची तमा नाही. कर्जाची खंत नाही. ते वैभव... ते वैभव... संपत आलंय मधुवंती. मनाला क्लेश होतात. पण मी बोलत नाही. कुणाला बोलू? तिथे माझं आहेच कोण? कितीतरी दिवसांनी आज मनातला सल बोलू शकलो. फार गुदमरलोय मी. पण तरीसुद्धा माझ्या वैभवात मी तृप्त आहे."

सर्जेराव हळव्या सुरात बोलत होते. तो प्रत्येक शब्द मधुवंतीला घायाळ करत होता.

"कोणतं वैभव?" तिनं विचारलं.

"आपलं प्रेम! जे निखळ आहे. दूर आहे पण दूरपणा जाणवतच नाही. या झोपडीत तू आणि त्या वाड्यात मी! आपण कधी दुरावलोच नाही. सूर्य, चंद्र, तारे, वारे, सारं आपण एकाच वेळी, एकाच भावनेनं बघत नव्हतो? एकमेकांना आठवत नव्हतो? आठवून बघ."

मधुवंती लाजली... खूप वर्षांनी...

सर्जेराव हसले... किती युगांनी...

"फार सोसलंस मधुवंती. सारं तारुण्य, भावना या अग्नीत आहुती दिल्यास आणि तप्त अग्निशिखेतून झळझळत बाहेर येऊन आज माझ्यासमोर उभी आहेस. चल मधुवंती."

"कुठे?"

"तुझ्या हवेलीत. माझ्या नजरेसमोर या अखेरच्या दिवसांत तू हवीस. घाबरू नकोस मधुवंती. तुझी तपश्चर्या मी मोडणार नाही. आज तुला हवेलीत पोचवेन. नंतर रोज सूर्य उगवताना, सूर्य मावळताना, तुला बघेन माझ्या वाड्यातून. दिवस सरतील. युगं सरतील. वेदवतीचं पात्र, परिसर आपल्या विरही प्रीतीची गाथा गात असतील. चल. फार दिवस वाया गेले. हाती उरलंय ते किती दिवस साथ देईल कोण जाणे?"

"असं बोलू नये. पण लोक काय म्हणतील? माळ्याची पोरं हवेलीत? नको सरकार. आता काही सोसण्याची ताकद उरली नाही." ती कातर बनली होती.

"मधुवंती, हा मळा लिलावात काढलाय. उद्या तू कुठे जाशील? तुला मी जपायला नको? माळ्याची पोर! वेडे, प्रेमाला जात नसते, प्रेम हे प्रेमच असतं. सोसणारं पण जगणारं, मूकपणानं जळणारं. ते सोसू शकतो कारण ज्याच्यासाठी आपण सोसतो, तो कुणी दुसरा नसतो. आपणच असतो. चल."

त्या दिवसापासून ते आजच्या या दिवसापर्यंत मधुवंती सूर्योदयापूर्वी त्या हवेलीच्या गच्चीवर येई. कोवळी सूर्यकिरणं, त्यांनी झळाळणारा आसमंत, गुलाबी

रंगानं माखलेलं वेदवतीचं वाहतं पाणी आणि त्याच्या साक्षीनं आपल्या जागेवरूनच एकमेकांना नजरेत साठवणारे ते दोन जीव!

पहिल्या दिवशी तिला हवेलीत पोचवून निघताना सर्जेराव म्हणाले,

"रोज दुपारी तुझं जेवणाचं ताट वाड्यातून येईल. ते पाठवलं गेल्यानंतरच मी जेवेन."

"सरकार, इतकं प्रेम दिलंत, ते थोडं झालं? आता हे कशासाठी?"

"मधुवंती, माझ्यासाठी त्या रानात भाकरतुकडा मोडत जगलीस. शरीरानं किती गोष्टींचा हट्ट केला असेल; पण तू हरली नाहीस. मीही एकटा होतो. पण भरल्या वाड्यात होतो. एक तू दूर होतीस तेवढंच दुःख. बाकी सारं वैभव हात जोडून समोर उभं होतं."

"पण तुम्हीसुद्धा एकटेपणच भोगलंत ना?"

"पुरुषाला ते शक्य असतं, पण स्त्रीला फार अवघड असतं मधुवंती! हे वैभव आता फार दिवस टिकणार नाही, सारं पोकळ, खिळखिळं झालंय. कायदे बदलले. जमिनी गेल्या. उत्पन्नं गेली. पण सवयी बदलल्या नाहीत."

"काय होईल?" धास्तावून तिनं विचारलं.

"आजच कसं सांगू? पण एकच कर. लक्षात ठेवशील? त्या वाड्यात महादेवाचं जीर्ण मंदिर आहे. आमचं कुलदैवत. त्याचा नैवेद्य, पूजा, आरती कधी चुकवू नकोस. ही सारी दरिद्री वृत्तीची माणसं, स्वतःला जपतील पण कुलदैवताला विसरतील. तिथे कुणी दिवा लावणार नाहीत. ज्या दिवशी ते तुझ्या कानी येईल, त्या दिवशी टेकडी चढ. धीटपणानं वाड्यातल्या मंदिरात जा. तिथला दिवा लावण्याची योग्यता तुझ्याखेरीज दुसऱ्या कुणाची असणार आहे?"

"मी? मंदिरात जायचं?" तिनं घाबरून विचारलं.

"तुलाच जावं लागेल. दुसरं कोण जाणार? आबा भरल्या मनानं, असतील तिथून तुला आशीर्वाद देतील. ते मंदिर त्यांनी बांधलं. फार श्रद्धा होती त्यांची. कदाचित तुझी सेवा बघून मनातून पस्तावतील. येऊ आम्ही?"

"सरकार."

घायाळ मधुवंती सर्जेरावाच्या मिठीत होती. तिच्या माथ्यावर अश्रूंचा अभिषेक होत होता. तीच शेवटची भेट. भरलेल्या डोळ्यांनी साठवलेली.

सूर्य उगवत होता. मावळत होता. न चुकता, सर्जेराव जेवण्याआधी, वाड्यातून भरलेलं ताट हवेलीत येत होतं. हळूहळू ताट रिकामं होत चाललं होतं. चांदीचं ताट गेलं, पितळेचं आलं. सर्जेराव गेले तसं ताटही बंद झालं. बंद झाला नव्हता सूर्योदय अन् सूर्यास्त. तिथे एकटीच उभी राहणारी मधुवंती.

समोरचा कोसळता वाडा, कोसळतं वैभव थकल्या नजरेनं ती बघत होती.

शेतीवाडी विकून संपली होती. पूजा बंद झाली होती. आतासुद्धा समोरचा मनोरा. त्याचे कळस लखलखायला लागले. ते नजरेत साठवून मधुवंती वळली, ''वाड्यात जायचंय.'' दरवाजात रखमाबाई पूजेचं ताट, नैवेद्य रुमालात झाकून घेऊन उभी होती.

''चल बाई, माझा महादेव खोळंबला असेल. ऊन व्हायच्या आत परतायला हवं. आता टेकडी चढायला होत नाही.''

थकलेली मधुवंती थरथरत्या पावलांनी टेकडी चढत होती. पूर्वी भरलेलं ताट वाड्यातून खाली येई. आता खालून पूजेचं ताट वर जात होतं. मधुवंती जात होती तिच्या महादेवाची पूजा बांधायला. घेतलेला वसा सांभाळत जीर्ण शरीरानं, जीर्ण कपड्यात मधुवंती वाड्यात चालली होती, सुकलेल्या वातींना तेल घालायला!

◆

आसरा

सकाळी दहाची वेळ होती. अकरा वाजता रेणूला 'आसरा'त पोचायचं होतं. घरातली जवळजवळ सर्व कामं सकाळपासून रेणूनं झपाट्यानं संपवत आणली होती. तिनं अभिमानानं साऱ्या घरावरून दृष्टी फिरवली. सारं घर कसं सजीव चित्रासारखं देखणं होतं. कलात्मकतेची साक्ष होतं.

"कसं गं रेणू तुला सारं जमतं? मुली कशा नीटनेटक्या, हुशार! नवरा अगदी कौतुकाचा. घर कसं व्यवस्थित. हे सांभाळून तू आसऱ्याची संचालिका! ग्रेट आहेस."

मैत्रिणींनी असं म्हटलं की रेणू सुखावत असे. आपल्या कर्तृत्वाचा तिला अभिमान वाटत असे. या सुखाला नजर तर लागणार नाही? अशी कातर भीतीही मनात सावट धरून जाई.

रेणू ड्रेसिंग टेबलाच्या समोरच्या बैठ्या स्टुलावर बसून केसांमधून कंगवा फिरवत होती. मरून रंगाच्या कोटा साडीची रुंद किनार तिनं सारखी केली. कपाळावर कुंकवाची टिकली रेखली. स्वतःच्या रूपावर खूश होऊन टेबलावरची पर्स उचलत ती खोलीच्या बाहेर आली.

"बाई, इशा- निशाला डबे वेळेवर पाठवा. घरी आल्यावर त्यांना कपडे बदलायला सांगा. रात्रीच्या जेवणाचं सांगितलंच आहे. रामा, दरवाजे नीट बंद करून घे."

बोलता बोलता ती पोर्चमध्ये आली. बंगल्यासमोरचा बगिचा फुलून गेला होता. हिरवळीची 'सुरेशा' ही अक्षरं पाण्यानं टवटवीत झाली होती. सुधीर, रेणू, इशा, निशा यांचं 'सुरेशा' असं सुरेखसं नाव बंगल्याला दिलं होतं आणि सुधीरच्या साऱ्या

उद्योगसमूहानं 'सुरेशा' या नावानंच आंतरराष्ट्रीय कीर्तीचं शिखर गाठलं होतं.

'रेणू, हा सारा तुझा पायगुण बरं! अगं मी कुठला कोण, राजस्थानमधला पोरका पोर. तू साथ दिलीस आणि माझं विश्वच पालटून गेलं. आज सारे मला झुकून सलाम करतात. पण जेव्हा मी कुणीच नव्हतो तेव्हा तू माझ्यावर सर्वस्व झोकलंस. यू आर ग्रेट!''

पोर्चमधल्या गाडीत बसून दरवाजा लावताना सुधीरचे शब्द आठवले. सुखावून तिनं सीटवर अलगदपणे मान टेकवली. आसऱ्यात पोचायला अर्धा तास लागणार होता. हा एवढा रोजचा अर्धा तासच रेणूला विश्रांती मिळत असे आणि ती विश्रांती रेणूला हवीही असे. मिटल्या डोळ्यांना आसऱ्याची लगबग दिसत होती.

'आसरा' उभारणं हे रेणूचं स्वप्न होतं. कधीचं! लहानपणी तिच्या घरी विधवा आत्या पोरकेपणानं माहेरी दिवस काढायची. लहानगी रेणू आत्याची होणारी तगमग बघायची. तेव्हा समजायचं नाही, पण मोठी झाली तशी रेणूला विधवा आत्याचं वाया गेलेलं जिणं समजलं. तेव्हाच आसराची कल्पना तिच्या मनात रुजली आणि तिनं- सुधीरनं ती साकारही केली होती. आसरा... गरजू, परित्यक्ता, विधवा स्त्रियांचा आसरा होता. शांता, कमल, रंजू, जिजा, सुरेखा अन् कितीतरी जणींना आसऱ्यानं जीवन दिलं होतं. जगायला शिकवलं होतं. एकमेकींच्या आधारानं जगणाऱ्या त्या साऱ्यांनी आपापली दुःखं वाटून घेतली होती. सुखाचे क्षण शोधून गोळा केले होते. एकरूप होऊन काम करणाऱ्या, कधी हसणाऱ्या, कधी फुटून रडणाऱ्या त्या साऱ्या जणींची आठवण येऊन, रेणूचं मन भरून आलं. कुणाचा नवरा अकाली गेलेला, कुणी जन्मापासून पोरकी, कुणाला कारण नसताना परित्यक्तेचा शाप लागलेला. अनेक वेदनांचे सागर पार करून त्या आसऱ्यात पोचलेल्या असत. आल्या-आल्याच रेणूच्या कुशीत एकदा दुःख मोकळं झालं की मग मोकळ्या श्वासानं, मोकळ्या अंगानं त्या वावरायला लागत. त्यातल्या शांताचं तर लग्न ठरत आलं होतं. 'शांताचं रुखवत पूर्ण करायला हवं'— रेणूच्या मनानं नोंद केली. गाडीनं वळण घेतलं आणि पोर्चमध्ये थांबली. पर्स सावरत आत येणाऱ्या रेणूला बघून सारा आसरा ताजातवाना झाला. हालचाल करू लागला. प्रार्थनेत सूर आला. भजनात भक्ती आली. रेणूभोवती साऱ्या जणी गोळा झाल्या.

"शांता, स्वेटर पूर्ण झाला का? अगं, हेम नीट घाल आणि रंजू, तुझा वॉलपीस तयार झाला का? ऑर्डरी पूर्ण करा लवकर. प्रदर्शनाची तारीख जवळ आलीय हं! सुशीलाताई, बघू हिशेबाची वही?''

रेणूचा नाजूक आवाज आणि झपझप काम करणं यानं आसऱ्याला गती आली. सारी दालनं फिरून झाली.

"बाई, कुणी नवीन मुलगी आलीय म्हणालात ना? कुठे आहे?''

बोलता बोलता रेणूनं ऑफिसच्या दरवाजाचा पडदा सरकवला आणि ती जागेवरच खिळून गेली. राजस्थानी पोशाखामधली एक रूपसंपन्न स्त्री तिला बघताच खुर्चीवरून उठून पिशवी सावरत उभी होती. रेणू व सुशीलाबाई आत येताच तिनं घुंगट कपाळावर ओढून घेतला. मान खाली घातली.

"या बघ ताई- काल रात्री आली. तेव्हापासून एकसारखा ताईचा जप सुरू आहे."

सुशीलाबाई रेणूला म्हणाल्या तशी त्या स्त्रीनं हातातली पिशवी बाकावर ठेवली आणि ती रेणूच्या मिठीत झेपावली. गालावरून आसवांचे माठ दरदरून वाहायला लागले. साचलेला बांध रिता व्हायला लागला. रेणू थोडा वेळ तिच्या पिंगट केसांवरून स्निग्धपणे हात फिरवत होती. हळूहळू ती शांत झाली. हुंदक्याचा पूर वाहून गेला तसा तिनं पदरानं चेहरा पुसला आणि वाकून रेणूचे पाय धरले. रेणू तिला उठवत म्हणाली,

"अगं अगं, काय हे? नमस्कार देवाला करायचा. माणसाला नाही काही."

"तेव्हा देवच आहात की ताई! मात्र मला आसऱ्यात ठेवून घ्या. तुमच्याशिवाय कुणीच नाही माझं." ती रडायला लागली. रेणू म्हणाली,

"आता इथेच राहा. विश्वासानं राहा. एकदा इथे आलीस की आमचीच झालीस. पण मला सांग तुला हा पत्ता कुणी दिला?"

"माझ्या देवेनभैय्यानं! त्यानंच पत्ता दिला. तिकीट काढून दिलं आणि सोबतही बघून दिली. रिक्षावाल्यानं नीट आणून पोचवलं."

"राजस्थानमधून एकटी आलीस? भीती नाही वाटली?"

"भीती कसली? देव आहे ना! त्यानंच सांभाळलं आजपर्यंत! त्यानंच देवेनभैय्या भेटवला, त्यानंच तुमची भेटही घालून दिली." ती म्हणाली.

"इतका विश्वास आहे देवावर. मग रडायचं कशासाठी? अं?" रेणूनं विचारलं.

"कधी कधी भीतीनं रडू येतं, कारण कलियुगातले देव राक्षसांपुढं हरायला लागलेत. पूर्वी देव-राक्षसांच्या लढाईत राक्षसच हरायचे. आता देव हरतात ताई."

"किती छान बोलतेस गं! किती शिकलीस?"

"शाळेत गेलेच नाही. सगळा जन्म गेला आत्याची घरची कामं करत, गोठे भरत आणि सतीची पूजा करत." ती म्हणाली.

"सतीची पूजा?" रेणू नवलानं म्हणाली.

"हो आत्याची सासू सती गेली होती ना! तिची समाधी घराच्या मागंच होती. तुमच्या पुण्यात गणपती, मारुती आहेत ना, तशी आमच्याकडे सतीची समाधी! आत्या म्हणायची, सतीची पूजा करत जा. पुण्य लाभेल."

"अगं कसलं पुण्य अन् काय! सती जाणं आता कायद्यानं गुन्हा आहे." रेणू म्हणाली.

तशी तिनं रेणूकडे निश्चल नजरेनं बघत थंडपणे म्हटलं,

"कायदा? हो तसा कायदा आहे असं आमच्या गावच्या रूपकुंवरला सती दिल्यानंतरच मी ऐकलं. पण काय उपयोग हो ताई या कायद्याचा? समजा, माणसांनी ठरवलंच की कायदा पाळायचा नाही तर काय होईल?"

"का? कोर्ट आहे, न्याय आहे, शिक्षा आहेत." रेणू आवेशानं म्हणाली.

"कोर्ट? शिक्षा? मग माझ्या रूपाला सती जायला भाग पाडलं, त्यांना कोणती शिक्षा केली तुमच्या कोर्टानं? ताई, एवढ्यानं त्यांचं समाधान झालं नाही, तर अशा अनेक रूपा शोधून, त्यांची समाधी बांधण्याची नशाच चढली सर्वांना! म्हणून तर मी पळून आले."

"म्हणजे तू विधवा आहेस?" रेणूनं चमकून विचारलं. "ठाऊक नाही ताई. माझं लग्न बाराव्या वर्षीच आत्याच्या मुलाशी, बिरजूशी झालं होतं. आणि एके दिवशी बिरजू कुणाला न सांगताच घर सोडून पळून गेला. त्यानंतर आत्यानं अंथरूणच धरलं. एके दिवशी कुणीतरी सांगत आलं की त्यांनी बिरजूला पुण्यात बघितलं म्हणे! आत्यानं मरताना मला जवळ बोलावलं, माझं कुंकू पुसून म्हणाली, 'बिरजू मेला असं समज आणि सतीची पूजा करत उरलेले दिवस काढ.' असं कसं हो ताई? लग्न कोण लावतं? कुणी पळून जातं, कुणी कुंकू पुसतं? आपण यामध्ये कुणी आहोत की नाही? नेहमी दुसरे सांगतील तेच करायचं?" रागानं, दुःखानं तिचा चेहरा फुलून गेला.

रेणूचं मन उदास झालं. ती म्हणाली,

"हेच तर दुःखाचं मूळ कारण आहे बाई. जाऊ दे. हळूहळू सांग तुझी कहाणी. पण एक मनाशी ठरव. ते कुंकू लावणं, पुसणं, सती, सतीची पूजा सर्व विसरायचं आणि इथे आनंदात राहायचं. अगं, कधी नव्हे तो माणसाचा जन्म मिळालाय. इथे खूप शीक. तुझा राजस्थानी कशिदा आम्हाला शिकव. अगं, पण तुझं नावच सांगितलं नाहीस?"

"राजलक्ष्मी." ती लाजत म्हणाली.

"किती छान नाव! सुशीलाबाई, आता राजलक्ष्मी इथेच राहणार हं. पण मला मघापासून सारखं वाटतं की हिचा नवरा जिवंतही असू शकेल. घरातून पळून गेला, इतकंच! कदाचित पुण्यात असेल. कुणीतरी मोठा माणूसही बनला असेल. कुणी सांगावं? एखाद्या दिवशी समोर येऊन उभाही राहील. तेव्हा तू ओळखशील ना त्याला?" रेणूनं विचारलं.

आपला नवरा या पुण्यात भेटूही शकेल या कल्पनेनं राजलक्ष्मीचा चेहरा उजळून गेला, पण दुसऱ्याच क्षणी काळ्या मेघाची झरझरती सावली सरसरत जावी, तसा चेहरा उतरून गेला. खाली मान घालून ती म्हणाली,

"मी ओळखेन ताई. लहानपणापासून एकत्र खेळायचो आम्ही दोघं. जरा मोठी झालो, घुंगट चेहऱ्यावर आला तरी त्या घुंगटाआडून मी बघायची ना त्याला. आत्या म्हणायची, 'जायचं होतं तर जाण्यापूर्वी पोरीचा घुंगट उठवून तरी जायचं होतं.' त्याचं जाणं आत्यानं फार मनाला लावून घेतलं. तिला वाटायचं ती सती गेली नाही म्हणून देवानं ही शिक्षा दिली म्हातारपणी. तिचा मला खूप आधार होता ताई, ती गेली आणि घराभोवती लांडगे घिरट्या घालायला लागले. मग शेत आणि घर दिलं देवेनभैय्याला आणि इथे आले. ताई, माझ्या देवेनभैय्याला एक कार्ड लिहून द्याल?"

"देवेनभैय्या?"

"हो. ताई, माझा धर्माचा भाऊ. मी राखी बांधायची ना त्याला, तरी लोकं कुजबुजायची. कधी कधी वाटायचं त्या लोकांना सांगावं, पेटवा एकदा सतीची चिता. असलं टोचा मारून घेत, जखमी पाखरासारखं जगणं नकोच. एकदाच काय चटका बसायचा तो बसू दे. पण हे थांबू दे एकदा."

ती संतापानं फुलली होती. तिचा हात हातात घेऊन रेणू म्हणाली,

"असं अगतिकपणे बळी का जायचं? आपण शोधू तुझ्या बिरजूला. तुला आवडेल ना त्याच्याबरोबर संसार करायला?"

"आपल्या आवडण्यावर काय असतं ताई? पण तो झाला असेल कुणी रईस माणूस! तो कुठला घरात घेणार? त्यानं एखादी शिकलेली मड्डुम बघून घरसंसार उभारला असेल. मी अशी गँवार, अनपढ."

"तू काय कमी आहेस मड्डुमपेक्षा? आणि संसार कसा थाटेल? तू कायद्यानं त्याची बायको आहेस. कायद्यानं ती मड्डुम घराबाहेर आणि तू घरात जाशील. पहिली बायको असताना, दुसरं लग्न करताच येत नाही त्याला. समजलं?"

"ताई, कायद्यानं घर मिळेल, संसार मिळणार नाही. मिळेल?" तिच्या प्रश्नावर रेणू हसली. तिला म्हणाली,

"तू वकील व्हायला हवं होतंस बघ! जा. आतमध्ये जाऊन सर्वांची ओळख करून घे. कपडे बदल. आसऱ्याच्या साड्या आहेत, त्यामधली साडी नेस. तुझा फॉर्म उद्या भरून घेते."

"ताई, मला सर्वांच्या साड्या खूप आवडल्या. शुभ्र रंग आणि निळे काठ. जोगिणीसारखं!"

राजलक्ष्मीचे डोळे हर्षानं भरून आले होते. पण रेणू म्हणाली,

"हं! जोगनबिगन नाही. आपण तुझा बिरजू शोधून काढू."

राजलक्ष्मीनं पिशवीतून एक कागदाचं पाकीट काढलं, त्यातला फोटो रेणू व सुशीलाबाईसमोर धरून म्हणाली,

"हा मुंडावळ्या बांधलेला बिरजू आणि ही घुंगट घेतलेली मी! लग्नात गावच्या मोहन मास्तरानं फोटो घेतलेला होता. तो घेऊन आले येताना. हा ठेवा ताई."

पण फोटो बघणारी रेणू मात्र काष्ठवत झाली. विजेचा झटका बसावा तशी. राजलक्ष्मी आत निघून जायला लागली तशी तिनं विचारलं,

"तुझं पूर्ण नाव नाही सांगितलंस?"

"राजलक्ष्मी बिरजू आचार्य."

बिरजू आचार्य?

राजस्थानमधून पळून आलेला बिरजू आचार्य?

राजलक्ष्मीचा पती... बिरजू आचार्य?

रेणूचा पती... सुधीर आचार्य.

रेणूचा पती... राजलक्ष्मीचा पती...

सारी खोली छतावरच्या पंख्यासारखी गरगरतेय असा रेणूला भास झाला. ती खुर्चीवर मट्दिशी बसली.

"काय झालं ताई, काय झालं?"

राजलक्ष्मी आपल्या पदरानं तिच्या कपाळावरचा घाम पुसत म्हणाली. काचेच्या जगमधलं पाणी ग्लासात ओतून ती रेणूसमोर धरून म्हणाली,

"काय झालं ताई?"

"अं? काही नाही. आपण असं करू, तुझा फॉर्म उद्या भरू. चालेल ना?"

रेणू शुष्क स्वरांत म्हणाली. तिचा आवाज कोरडा झाला होता. ते ऐकून राजलक्ष्मी चमकली. रेणूचे पाय धरून रडत म्हणाली,

"ताई, मला इथेच आसरा द्या. काही कारण सांगून मला इथून परत पाठवू नका. माझा नवरा मला भेटला नाही तरी चालेल; पण तुमची माया अशी तोडू नका. या घरात आले आणि पहिल्यांदाच मायेचा हात पाठीवरून फिरला. तो आता तोडू नका ताई."

एव्हाना रेणू सावरली होती. तिनं राजलक्ष्मीला जवळ घेतलं. तिच्या केसावरून हात फिरवत म्हणाली,

"रडू नकोस राणी. तुझ्या नवऱ्याला मी ओळखतेय."

"तुम्ही त्याला ओळखता ताई? बिरजूला?"

विस्मयानं राजलक्ष्मीनं विचारलं.

"इतके दिवस ओळखत नव्हते, पण आता ओळखायला लागलेय. मग फॉर्म कशासाठी भरायचा?"

नवऱ्याचं नाव निघताच राजलक्ष्मीचा गौर चेहरा आरक्त बनला. तिनं डोकीवरचा

पदर उगीच सावरला. चेहऱ्यावरचा घाम टिपला. अधीरपणे तिनं विचारलं,

"पण ताई, तो मला घरात घेईल? मी अशी अडाणी."

"तू कशीही असलीस तरी त्याला तुला स्वीकारावंच लागेल राजू! मी त्याला ते करायला भाग पाडेन. तू काळजी करू नकोस. जा, विश्रांती घे." रेणूनं बेल वाजवली. सीताबाई आत आली.

"सीताबाई, हिला खोली द्या. तिची नीट व्यवस्था करा आणि ऑफिसमध्ये एवढ्यात कुणालाही पाठवू नका. मी कामात आहे असं सांगा."

"होय बाई."

राजलक्ष्मी पिशवी सावरत सुशीलाबाई व सीताबाईपाठोपाठ गेली. रेणूनं दोन्ही हातांनी डोकं गच्च दाबून धरलं. तिला रडू येत होतं की डोक्यात घणाचे घाव बसत होते, की संताप येत होता. तिचं तिलाच समजत नव्हतं. खोलीत सन्नाटा पसरला होता. बऱ्याच वेळानं तिनं टेलिफोनची डायल फिरवली. रिसीव्हर हातात धरला.

"हॅलो डार्लिंग." पलीकडून सुधीरचा मधाळ आवाज.

"हे पाहा, आज इथे एक गुंतागुंतीची केस आलीये. मी आज रात्री इथेच राहणार आहे. सर्व काम संपवून उद्या सकाळी घरी येते."

तिचा थंड आवाज ऐकून सुधीर घाईनं तिकडून म्हणाला,

"एनिथिंग सिरिअस? तुझा आवाज असा का? इतकी दुसऱ्याची दुःखं मनाला लावून का घेतेस रेणू? तेच मला आवडत नाही नेमकं."

"दुसऱ्याचं दुःख? ते फार शीतल असतं सुधीर. नुसता उपदेश केला किंवा मार्ग शोधून दिला की काम संपतं. आजची केस तशी नाही."

"मी येऊ का?" काळजीनं त्यानं विचारलं.

"नको. मीच येईन उद्या सकाळी."

"सकाळी? अं- मग रात्र कशी सरायची?"

त्याच्या लाडिकपणानं एरवी मोहरून जाणारी रेणू रूक्ष आवाजात म्हणाली,

"बाईंना सर्व सूचना दिल्यात. त्या नीट करतील. इशा-निशाला सांग, मी उद्या सकाळी येते."

तिनं फोन ठेवून दिला. पर्स उचलून घेत रेणू जिना चढून माडीवरच्या कोपऱ्यातल्या खोलीत शिरली. दरवाजा बंद केला आणि कॉटवर स्वतःला झोकून दिलं. तिला रडू येत नव्हतं. सारं मन, शरीर बधिरलं होतं. सारा जीवनप्रवाह खंडित झाला होता. विजेच्या कोसळण्यानं गात्रं बधिर झाल्यासारखी रेणू निश्चेष्ट पडली होती. बराच वेळ गेला. हळूहळू ती सावरत होती. विचारचक्र सुरू झालं होतं.

मी! या आसऱ्याची संचालिका. इथं येणाऱ्या सर्व स्त्रियांना आसरा देणारी, त्यांचे हक्क मिळवून देणारी रेणू आचार्य. आज मी अशी बधिरलेय का? आजवर

सर्वांचे हक्क, अधिकार मानणारी मी, आज अशी डगमगलेय का? राजलक्ष्मीला तिचा नवरा मिळवून देणं, घर मिळवून देणं हे प्रथमकर्तव्य ठरतं माझं. मग हे दु:ख कशाचं होतं आहे?

ते मिळवून देताना माझं घर उद्ध्वस्त होणार म्हणून?

माझं घर?

या विचारानं रेणू दचकली.

माझं घर? माझा पती?

तो माझा कोण लागतो?

पती?

तो जर राजलक्ष्मीचा पती आहे... धर्मानं... कायद्यानं... भावनेनंही... तो माझा कोणीच नाही.

ज्यानं बारा वर्षं राजलक्ष्मीच्या नावाचा उच्चारही न करता बेमालूमपणे प्रेमाचं नाटक केलं. नवा संसार सजवला. आपणही ते कवटाळून बसलो. माझं... माझं... माझं.

एकरूपता... प्रीती... भक्ती... भैरवी.

केवढे मोठे शब्द! फसवी नाती?

ज्याच्या अंत:करणाच्या कप्प्यात एक गुपित सदाच लपून राहिलं, तो एकरूप झाला होता असं मी यापुढं तरी मानणं मूर्खपणा ठरेल. फसवणूक स्वत:ची. खोटं समाधान मनाचं?

त्याचे राजलक्ष्मीवर प्रेम नसेलही पण ती त्याची पत्नी आहे.

मग माझं लग्न?

या विचारानं रेणूच्या पायाखालची जमीनच हादरली. माझं लग्न... ...लग्नच नव्हे. कायद्यानं आणि आता भावनेनंही संपलेलं लग्न! ते घर... तो अधिकार ते सारंच राजलक्ष्मीचं आहे. भाबडी पोर! सुधीरच्या सहवासात सुखावेल. वैभवात विसावेल. पण मी? यानंतर सुधीरचा सहवासही मी सोसवू शकणार नाही. माझ्या नजरेसमोरची राजलक्ष्मी आणि माझी केलेली वंचना! विसरणार मी?

इशा, निशा... ...मुलींच्या आठवणीसरशी काळीज थरथरून गेलं. घसा कोरडा पडला.

इशा... ...निशा माझ्याबरोबर जगतील. या आसऱ्यात इतकी बेवारशी मुलं जगताहेत ना? मीच वाढवतेय त्यांना. ती मुलं... तशा... या दोघी! बरं होईल. या भयानक सत्याची जाणीव झाली तर पोरी लवकर शहाण्या होतील.

सकाळची उन्हं खिडकीच्या तावदानावर थबकली. रेणू गाढ झोपली होती. शांत चेहऱ्यानं. मनातलं वादळ ओसरून गेलं होतं. आसऱ्यात मंद हालचाल सुरू

झाली होती. रेणूला जाग आली. खिडकी उघडून स्वच्छ सूर्यकिरणांना आत येऊ दिलं. अंघोळ करून आलेल्या रेणूनं कपाट उघडलं. निळ्या काठाची पांढरी साडी नेसून ती तयार झाली आणि तिनं राजलक्ष्मीला खोलीत बोलावलं.

"चल, तुला तुझ्या घरी जायचंय ना? ही साडी नेस."

स्वत:ची मरून रंगाची चंदेरी साडी तिला नेसायला दिली. तिच्या केसातला गुंता सोडवून वेणी घालून, त्यावर मोगरीचा गजरा माळला. तिच्या कपाळावर, भांगात कुंकू रेखलं. राजलक्ष्मी विलक्षण सुंदर दिसत होती. काजळ भरले डोळे भरून आले होते.

"ताई, ते मला घरात घेतील? मला ते ओळखणार तरी कसे?"

"चल बघू काय होतं, मी आहे ना! घाबरू नकोस, चल."

दरवाजा उघडून बाहेर आलेल्या दोघींना साऱ्या बघतच राहिल्या. "ताईच्या अंगावर पांढरी साडी?" ते बघून साऱ्या जणी कासावीस झाल्या. चेहऱ्यावर प्रश्नचिन्हं उमटली. पण रेणूचा करडा चेहरा बघून साऱ्या जणी गप्पच. एकट्या सुशीलाबाईंनाच काय घडलंय, त्याचा अचूक अंदाज आला होता. गाडी 'सुरेशा' बंगल्याकडे धावत होती.

"ये, ये रेणू. किती वाट बघायची आणि हा काय नवा अवतार?"

तिच्या पांढऱ्या साडीकडे बघत सुधीर म्हणाला. रेणूनं न बोलता खोलीचा दरवाजा बंद केला. त्या खोलीत राजलक्ष्मी, रेणू व सुधीर तिघंच होते.

"हं, तो चेहऱ्यावरचा पदर काढ बाजूला आणि बघ तुझ्यासमोर कोण उभं आहे?"

या रेणूच्या शब्दासरशी राजलक्ष्मीनं पदर बाजूला सारला. समोर बिरजू उभा होता. पूर्ण बदलून गेलेला. ते धोतर, ती पगडी जाऊन शर्ट-पँट चढवली म्हणून काय झालं? बिरजूच होता तो.

"बिरजू!"

त्या हाकेसरशी सुधीर चमकला. "बिरजू? कोण आहेस तू?"

"ती? राजलक्ष्मी आहे. राजलक्ष्मी बिरजू आचार्य. ओळखतोस तिला? कधी ऐकलंस होतंस हे नाव? तुझं तिच्याशी झालेलं लग्न विसरण्याइतका तू त्या वेळी लहान नव्हतास. आठवत नाही असं म्हणू नकोस. नसेल आठवत तर फोटो दाखवते. बघ, ओळखू शकतोस का स्वत:ला?"

कल्पना नसताना झालेल्या हल्ल्यानं सुधीर पार हादरून गेला. राजस्थानमधल्या हनुमानगढमधून राजलक्ष्मी कधी समोर येऊन उभी राहील हे त्यानं अपेक्षिलंच नव्हतं. कसाबसा सावरत तो म्हणाला,

"ते फार पूर्वी घडून गेलंय. माझी मर्जी न विचारताच आईनं ते लग्न लावलेलं

होतं आणि मी आता विसरूनही गेलो आहे. माझा संबंधच काय त्या प्रकरणाशी?''

''तुझा संबंध नसेल, पण या राजलक्ष्मीचा संबंध आहे. तू विसरलास पण ती विसरली नाही. तू नाव बदललंस, जीवन बदललंस, पण ही मुलगी तीच आहे. सतीची पूजा करणारी. इथे पोचली नसती तर कदाचित चितेवर चढवली गेली असती. तुझा काहीच संबंध नाही या अश्राप मुलीशी? तू आसऱ्याचा संस्थापक या नात्यानं बोल सुधीर. या मुलीचं मी काय करायचं?''

रेणूच्या नजरेत अंगार फुलला होता. तिच्याकडे बघण्याचं धैर्य सुधीरमध्ये नव्हतं. राजलक्ष्मीकडे पाठ फिरवून तो रेणूला म्हणाला,

''काय ठरवून आली आहेस तू? हिला घरात घ्यायचं आणि आपलं सुरेख घर मोडायचं? तुला काय अधिकार आहे घर मोडण्याचा? रेणू, तुझे निर्णय आसऱ्यापुरते मर्यादित ठेव. माझं प्रेम आहे तुझ्यावर, माझ्या मुलींवर.''

''वा, सुधीर वा! मला घर मोडण्याचा अधिकार नाही; पण मुळात तुला हे घर मांडण्याचा अधिकार कुणी दिला? तुझी पत्नी राजलक्ष्मी जिवंत आहे आणि प्रेम! ...तो शब्द उच्चारू नकोस सुधीर.'' रेणूचा आवाज भरून आला. भरल्या गळ्यानं ती म्हणाली,

''यापुढं माझ्या मुलींचा सांभाळ मी करेन. ज्या स्त्रियांना, मुलांना कुणी नसतं... त्यांच्यासाठीच तर आसरा आहे. ज्या स्त्रीला पती असतो, घर असतं तिला आसऱ्यात राहता येत नाही. म्हणून राजलक्ष्मीला तिच्या घरी पोचवायला मी आलेय.''

या वेळेपर्यंत काय घडून गेलं आहे याची राजलक्ष्मीला पूर्ण कल्पना आली. तीरासारखी रेणूच्या मिठीत शिरून रडत ती म्हणाली,

''ताई, मी आहेच अशी अवगुणी, पांढऱ्या पायाची. जाईन तिथे सत्यानाश करणारी. पण मी इथे राहणार नाही. तिथे लांडगे घिरट्या घालतात म्हणून इथे आले आणि इथेही मला तुम्ही लांडग्याच्या हाती सोपवताय? कधीतरी माझा निर्णय मला घेऊ दे ताई. तिथे मी माँची पूजा करत होते. ती मला कधी भेटली नव्हती, पण इथे आल्यावर तुमच्या रूपानं भेटली. त्या सती माँची सेवा करत तिच्या पायाशी मला जगू द्या ताई, मला तुमच्यासोबत घेऊन चला. मला दूर लोटू नका ताई.''

राजलक्ष्मीचे अश्रू रेणूच्या पावलांवर पडत होते. सती माँ थरथरून गेली होती. सारं घर तेजानं भरून गेलं होतं.

◆

बेइमान

गिरणीचा भोंगा झाला. इतका वेळ सारं वातावरण कसं शांत होतं. प्रत्येकाच्या घरात गडबड असेल तेवढीच! पण कॉलनीचे रस्ते काल रात्रीच्या झोपेतून आळसावून जागे झाले नव्हते. सकाळचे सात वाजले होते. सारी कॉलनी ऐसपैस पसरली होती. साहेबांचे बंगले टेकडीच्या पायथ्यापाशी, त्यानंतर सर्व डिपार्टमेंटच्या प्रमुखांच्या बिल्डिंग्ज, एकसारखी समोरासमोर पसरलेली छोटी बंगलीवजा टुमदार घरं, स्टाफच्या क्वार्टर्स, कामगारांच्या चाळी आणि तात्पुरत्या कामगारांच्या किंवा घर न मिळालेल्या कामगारांच्या टेकडीवरच्या झोपड्या! होती झोपडपट्टीच, पण कशी आखीव-रेखीव, स्वच्छ! तिथे अनेक कामगार राहत. त्यांच्या बायका दिवसभर बंगल्यातून कामं करत. मुलं शाळेत जात. सारं कसं वेळेवर घड्याळाच्या काट्याप्रमाणं शिस्तीत फिरणारं चक्र होतं ते. आता कारखान्याची मशिन्स अखंड चालू असत. कामगारांच्या पाळ्या दर आठ तासांनी बदलत असत आणि कारखान्याला लागूनच असणारी कॉलनी, तिथली माणसं, स्त्रिया, मुलं हे पण गिरणीच्या भोंग्याबरोबर फिरत असत. शाळेच्या वेळा, कारखान्यात जाणाऱ्या पुरुषांच्या वेळा सारं स्त्रियांना सांभाळावं लागे. सारा दिवस गडबडीत सरे.

आतासुद्धा रात्रपाळी संपल्याचा भोंगा झाला. कारखान्याचं गेट उघडलं. आत येणारे कामगार वेगळ्या फाटकातून आत शिरत होते. बाहेर जाणाऱ्यांचा रस्ता वेगळा. सारं कसं विचारपूर्वक आखलं होतं. महाराष्ट्रातला धागा बनवणारा सर्वांत मोठा कारखाना होता तो! टीपकागदापासून धागा बनायचा. अनेक प्रक्रिया करून झाल्यानंतर शेवटी रिळावर येत असे. एक नाजूक तंतूसारखा धागा. इकडं टीपकागदाची बंडलच्या बंडलं, गठ्ठेच्या गठ्ठे आत येऊन पडत. तिकडे नाजूक धाग्यांची रिळंच्या

रिळं तयार होऊन बाहेर पडत.

त्या कारखान्यात येणारा कामगार... आधी टीपकागदासारखाच बेडौल असे. काही वर्षं गेली, कॉलनीचं पाणी लागलं की तो बदलू लागे. चांगलं बोलणं, वागणं, बघणं आपसूकच अंगवळणी पडे. बायकांना वेगळाच रंग चढे. बोलण्यातला कोल्हापुरी किंवा नगरी सूर बदलून, भाषा आपोआप शुद्ध होई. क्वचित डोकीवरचा पदर खांद्यावर येई. मुलं स्वच्छ राहायला लागत. घरात टेबल, खुर्ची, रेडिओ, लोखंडी कॉट येई. स्वयंपाकघरात स्टीलची भांडी झगमगायला लागत. अन् हो! घरात एक समाधान खेळायला लागे. या कंपनीत लागलं की सारा त्रासच संपत असे. स्थैर्य लाभत असे. परमनंट झालं की जन्माची चिंता सरे. मग बोनस, टी.ए., डी.ए. सारं मिळून पगाराचा आकार फुगत असे. कधी नव्हे ते बँकेचं दर्शन होई.

मारुतीही असाच त्या गिरणीत टेंपररी कामगार म्हणून लागला. त्या गिरणीत त्याचा जिगरी दोस्त कामाला लागला होता. नगर भागात दुष्काळ, शेत पिकणं न पिकणं पावसाच्या मर्जीवर अवलंबून असे. आधीच दोन भाऊ घरात बेकार होते. कधी हमाली, कधी गवंड्याच्या हाताखाली! ओला-सुका भाकरतुकडा जो मिळेल तो खाऊन दिवस ढकलला जाई. सर्व भावांची मिळून पाच-सहा पोरं, बायका...म्हातारा, म्हातारी, कसा रेटायचा सारा गाडा?

आणि एके दिवशी दिनकरचं पत्र आलं. 'कंपनीत काही टेंपररी माणसं भरायची आहेत.'

ते पत्र वाचून, एक पिशवी हातात घेऊन मारुती जो कंपनीच्या गेटमध्ये शिरला होता तो आज कंपनीतला एक चांगला कामगार, कामसू, मेहनती माणूस म्हणून सर्वांना प्रिय झाला होता. प्रधानसाहेबपण त्याच्यावर खूश होते. आधी झोपडीत राहणारा मारुती, आता कामगारचाळीत आला होता. आपल्या कामावर, जीवनावर, नशिबावर विलक्षण खूश होता.

आतासुद्धा रात्रपाळी संपवून तो घरी चालला होता. रात्रीच्या जागरणाचा थकवा जाणवत होता; पण आता सारा दिवस आराम होता. रात्री अकरापर्यंत तो फक्त स्वत:चा मालक असणार होता.

रस्त्यानं त्याच्यासोबत रात्रपाळीला काम करून घरी जाणारे कामगार होते. वाटेत सोसायटीची बिल्डिंग लागली. या मोठ्या बिल्डिंगमध्ये सारी दुकानं होती. धान्य, स्टेशनरी, टेलरिंग शॉप, हेअर कटिंग सलून, भांड्याचं दुकान, कपड्याचं दुकान, भाजी-फळांची दुकानं, यू शेपनं बांधलेली. एकदा सोसायटीत गेलं की सारं सामान खरेदी करूनच बाहेर पडावं. मारुती दर रविवारी लक्ष्मीला घेऊन यायचा. सर्व सामान घेऊन आठवड्याची तरतूद करायची की काळजीच नसायची.

"उद्या सुट्टी! उद्या सर्वांना घेऊन यायचं. शंकरला बूट घ्यायचे, चिमणीला

फ्रॉक, रिबन्स, कंपास सारं घेऊन द्यायचं. महिन्याचा पहिला आठवडा! सर्व जणच खूश असत. या इथे आलो म्हणून असं नीटनेटकं जगता आलं. गावाला असतो तर?''

''अरे हो! सोमवारी गावी मनिऑर्डर करायची! 'म्हातारी आजारी आहे' असं पत्र आलं होतं. मारुतीला गावचं घर आठवलं. क्षणभर मन हेलावलं. कसे असतील सारे?''

''पण मी इथे आहे म्हणून तर सारे तिथं जरा तरी सुखात आहेत. हातातोंडाची गाठ निदान पडतेय.''

मारुती पुढं आला. शाळेच्या मैदानावर मुलं पी.टी. करत होती. हिरवळीनं आच्छादलेलं मैदान! त्याच्यापाठीमागं शाळेची प्रचंड इमारत. गणवेश घातलेली मुलं-मुली! बँड वाजत होता. सारी मुलं ओळीत उभी होती.

यातच शंकर आणि चिमणी आहेत.

मारुतीचं मन अभिमानानं भरून आलं. त्याची मुलं शिकत होती. मोठी होणार होती. गावच्या मुलासारखी गँवार राहणार नव्हती. मारुती समाधानानं पुढं निघाला. हॉस्पिटल, क्लब सारं ओलांडून मारुती चाळीजवळ आला. गॅलरीत लक्ष्मी त्याची वाट बघत होती. तो कामावरून येताना लक्ष्मीनं असं उभं राहणं मारुतीला आवडे. यावरून शेजारी चिडवत, मित्र थट्टा करत, पण लक्ष्मी उभी असायची आणि त्याला येताना बघितलं की ती हसून आत जाई. चहा तयार असे.

''घ्या.''

पाटावर बसलेल्या मारुतीसमोर चहाचा कप ठेवत लक्ष्मी म्हणाली.

'वा! गॅस आला आणि भलतीच लवकर कामं करायला शिकलीस.''

''बाईंनी शिकवलं. त्यांना सर्व काम झटपट लागतं, लवकर काम आटोपून वेळ वाचवायचा आणि तो वेळ चांगल्या कामात वापरायचा, असं बाई म्हणतात.'' शिलाई मशीनवर चिमणीचा फ्रॉक शिवून तयार होता. तो दाखवत लक्ष्मी म्हणाली,

''बघा, रात्री जागून तयार केला. आता बाईंना दाखवेन. बाई कौतुक करतील.'' ती हरवली होती.

''खरंच लक्ष्मी, जन्म देणारे आई-बाप दूरच राहिले. पण साहेब आणि बाई यांनीच खरा जन्म दिला. जगायला शिकवलं. सारं मार्गी लावलं. आई-बाप नव्हे... तर देव आहेत देव!''

''या कंपनीनं आपला पुनर्जन्म केला. गावचं घर, जगणं, आठवा जी! कुठून कुठं पोचलो. पोरं शिकायला लागली. शिकतील, मोठी होतील. घराणं उजवेल. मालकांना देवानं भरपूर आयुष्य द्यावं. किती केलंय त्यांनी सर्वांसाठी? मारवाडी आहेत पण केवढे उदार मनाचे!''

लक्ष्मी भरल्या मनानं म्हणाली.

"हा गॅस बाईंनी घ्यायला लावला. दिवाळीत कुकर दिला. केवढं लक्ष ठेवतात!"

"गेल्या वर्षी पस्तीस टक्के बोनस मिळाला त्यातनंच तर ती कॉट, कुकर सारं घेतलं. गावात कसं लाकूडफाटा गोळा करण्यात दिवस सरायचे. आता आईला आणू या. तिला एकदा डॉ. पारखेंना दाखवू या. औषधपाणी मोफत, शाळेला फी नाही. घराला भाडं फक्त सतरा रुपये. केवढं केलं मालकांनी. इथे प्रधानसाहेबांची कृपा आपल्यावर. तिकडे मालकांची मायेची पाखर सगळ्यांवर."

लक्ष्मी, मारुती दोघं रंगून गेले होते. कंपनीमालक, कॉलनी, प्रधानसाहेब, बाई... शंकर... चिमणी... सारं त्यांना सुखावत होतं. नवीन दिशा दाखवत होतं. एक सुरेख स्वप्न अलगद समोर उभं राहत होतं.

आणि अचानक एक रौद्रावणारं, घोंघावणारं वादळ आपली चाहूल द्यायला लागलं. संध्याकाळच्या वेळी कंपनीच्या गेटसमोर सभा भरायला सुरुवात झाली. नवीन युनियन... युनियन नेते अचानक टपकले होते.

"गेल्या वर्षी ज्यांनी पस्तीस टक्के बोनस दिला ते कंपनीचे मालक यंदा फक्त वीस टक्के बोनस देत आहेत. चक्क डोळ्यात धूळ फेकत आहेत. कारखान्यात माल तयार झाला. तो खपला. परदेशी रवाना झाला. मालकांनी पैसे कमावले. काम तुम्ही केलंत. घाम तुम्ही गाळला आणि बोनस काटून नुकसानही तुमचंच. फायदा मालकांना? ते काही नाही, पस्तीस टक्के बोनस मिळालाच पाहिजे."

कुणीतरी परकाच इसम तावातावानं बोलत होता. त्याच्या गळ्यात हार पडत होते. हा माणूस कोण? आणि त्याला आमचा एवढा कळवळा का? भाषण ऐकणाऱ्या मारुतीच्या मनात आलं.

तेवढ्यात सदू पगारे भाषणाला उभा राहिला, 'अरे, हा तर आपल्या समोरच्या चाळीतला.'

"बंधूंनो, वीस टक्के बोनस आपण का घ्यायचा? आपण रात-दीस राबलो. रक्त आटवलं, कष्ट करायला मागं-पुढं सरलो नाही. नुकसान झालंच असेल तर मालकांनी सोसावं. कोटीनं पैसा कमावणारे हे मालक लोक, त्यांच्या खिशाला कात्री लावणार आहेत का? नाही. ते कात्री लावणार तुमच्या-आमच्या कमाईला! आता गप्प बसू नका. एकमुखानं, एकदिलानं सारे याचा निषेध करा. युनियनमध्ये सामील व्हा. बोला, कामगार युनियन झिंदाबाद!"

मारुती चक्रावून गेला. सभा आटोपून घरी जाताना दिनकर त्याच्या सोबत होता. मारुतीचं मन अस्वस्थ होतं.

"दिनू, मला तरी हे पटत नाही बघ!"

"खरंच गड्या, गेल्या वर्षी पस्तीस टक्के बोनस घेतला. मालकांनीच दिला नव्हे? यंदा वीस म्हणतात, आणि पुढच्या वर्षी चाळीस टक्के देतो म्हणताहेत म्हणे! मग आपून समजून घ्यायला नको?" दिनकर म्हणाला.

शाळेच्या मैदानावर रोशणाई केली होती. आय्यप्पाची पूजा चालली होती. या मैदानावर सतत काही ना काही कार्यक्रम चालू असत. कधी गणपती, कधी आयप्पा, कधी नाट्यस्पर्धा, कधी आनंद बझार... मारुतीनं, दिनकरनं देवाला नमस्कार केला. समयांच्या मंद उजेडात देव कसा प्रसन्न दिसत होता. सारी मद्रासी, मराठी माणसं देवाचं दर्शन घेत होती. जातिभेद तिथे नव्हताच. वेगवेगळ्या जातीची पाखरं एका झाडावर विसावा घेतात. घरटी बांधतात. तसं या कंपनीचं होतं.

किती भाषा, किती गावं, किती वेगळे मुलूख! कुठून कुठून माणसं आली होती. त्यांना काम नव्हतं म्हणून वणवण करत, भटकत, काम शोधत इथवर आली होती. या कंपनीनं त्यांना काम दिलं होतं, घर दिलं होतं. स्थैर्य दिलं होतं. भविष्य दिलं होतं. मग आता हे भांडण कशासाठी?

देवाचं दर्शन घ्यायला गणा कांबळे पण आला होता. त्याची बायको छापील पातळ नेसली होती. कडेवर मूल होतं. गणाचा हात धरून एक आठ-दहा वर्षांचा मुलगा चालत होता. हा गणू मारुतीच्या शेजारच्या गावचा. जातीनं महार. तोही याच कंपनीत स्वच्छताखात्यात नोकरीला लागला होता. बायको दवाखान्यात आया म्हणून लागली होती. दोघं कमावत होते. वर्षाकाठी बोनस घेत होते. गावी झकास घर बांधलं होतं. मुलगा शिकत होता.

"याला गावच्या देवळात घेत नसत. इथे मात्र सर्व सारखेच. आईनं बघितलं तर इथे परत पाय ठेवणार नाही." मारुतीला आईची फार आठवण येत असे.

"तिला इथे आणलं पाहिजे."

"राम राम मारुतीदा." गणा म्हणाला.

"राम राम. राम राम."

"मारुतीदा सभेला गेलात?" गणानं विचारलं.

"होय, तिथूनच येतोय नव्हे!" मारुती म्हणाला.

"मग संप करायचा ना? फक्त वीस टक्के बोनस? आम्ही वर्षभर राबतो बोनसच्या आशेवर, आणि आता मालक लोकं बेइमान झाले. ते काही नाही. अन्याय आहे हा. आवाज उठवलाच पाहिजे." गणू नेत्याच्या आवेशानं बोलत होता.

मारुती अवाक् झाला होता. गावी याच गणूची आई भाकरतुकडा मागत फिरायची. रस्ते झाडायची, शेतात पडलेले जुंधळे गोळा करायची. आता गणू, गणूची बायको कमवायला लागली. मंगलोरी कौलाचं घर झालं. गावी म्हातारी सुखानं राहत होती. आणि इथे हा गणू संपाची भाषा बोलत होता. इथे पण त्याचं

काम होतं झाडू मारण्याचंच, पण पगार होता नऊशे रुपये. बायकोला जवळपास तेवढाच. वीस टक्के बोनस. दोघांचे केवढे पैसे येणार होते? मारुती संतापानं काही बोलणार तोच दिनकरनं त्याला खुणावलं. मारुती गप्प बसला.

चाळ दिसायला लागली. लक्ष्मी गॅलरीत उभी होती. चिमणी कडेवर होती. घरात शिरला तशी चिमणी त्याला बिलगली. तिनं नवा झगा घातला होता.

"बाबा, हे बघ नवीन झगा, काकणं." ती खूश होती.

"बाईंना फार आनंद झाला. त्यांनीच हे नवीन कापड आणि काकणं चिमणीला दिली. शंकरला पुस्तकं." लक्ष्मीनं सांगितलं.

"बाबा, पुस्तक बघ." शंकरच्या हातात इंग्रजी पुस्तक होतं.

"वाचायला येतंय नव्हं?" मारुतीनं विचारलं.

"वाचून दाखवू? ए फॉर ॲपल, बी फॉर बेबी, सी फॉर कॅट, डी फॉर..." शंकर भराभर वाचत होता.

"अरे हो हो. गाडी थांबवा." मारुती कौतुकानं मोहरून गेला.

"गेटवर काय भाषणं झाली म्हणं?" लक्ष्मीनं विचारलं.

"होय. चांगली गाडी रुळावरनं धावतीय ते बघवेना. संप करणार म्हणताहेत."

"संप म्हणजे?" लक्ष्मीनं विचारलं.

"कामावर जायचं नाही. कंपनी बंद पाडायची."

"आणि वो? मग पगार कोन देनार? मालकानं एवढी सोय केलीय आनी ही बुद्धी का म्हणून सुचावी?" लक्ष्मी चिंतातुर झाली होती.

सभा भरत होत्या. मोठे मोठे लीडर लोक येतच होते. कामगारांना भडकवत होते. वातावरण तापत होतं. तसा मारुती बेचैन व्हायला लागला. हा संप घडू नये असं त्याला मनोमन वाटत होतं पण कुणाला सांगणार? कसं समजणार?

शेवटी त्यानं आजूबाजूच्या चार-पाच चाळीतल्या लोकांना एकत्र बोलवायचं ठरवलं. चाळीच्या मागच्या बाजूला मोकळी जागा होती. रात्रीच्या वेळी सारे तिथे जमले. मारुती बोलायला उभा राहिला...

"गड्यांनो, भाषण मला करता येत नाही. पण गेले पंधरा दिवस लई भाषणं ऐकली. बाहेरची लीडर लोकं येऊन आता तुमच्या-आमच्यात झुंज लावणार. काम बंद, मशीन बंद, माल बंद. मालक बोनस देतो म्हणतात. यंदा जरा कळ काढली, तसंच नेटानं काम केलं तर पुढच्या वर्षाला चाळीस टक्के बोनस मालक देतो म्हणतात. मग आपण थोडं सोसू या."

"टाळं लागलं, कंपनी बंद पडली तर गावाला परत जावं लागेल. लीडर लोक मात्र हितच राहणार. गड्यांनो इथनं पैसे पाठवले तर गावची चूल पेटते. त्यात आपण आणि कुठे जाऊन पडणार? आठवा ते दारिद्र्य. पोटासाठी वणवण भटकणं!

"मालकांनी तुमची आमची केवढी सोय केली! पोरं शिकायला लागली. आपण गावदरीत वाढलो. अडाणी ऱ्हायलो. उपासपोटानं लहानपण जगलो. पण आपली पोरं शहाणी होऊ देत. गिरणी बंद पडली तर, नुकसान मालकाचं नाही. लीडरचं नाही. पण आपलं मात्र नुकसानच नुकसान आहे. विचार करा, हे काम बंद पडलं तर जाणार कुठे?

"म्हणून हात जोडून सांगतो गड्यांनो, परक्याचं ऐकू नका. विचार करा. कंपनी बंद पडणं म्हणजे आपल्या हातानं आपला घात करून घेणं आहे."

कोपऱ्यात सदू पगारे बसला होता. तो उभा राहिला.

"ए मारुत्या, मालकाचं लई गोडवे गातोस रं? किती पैसे चारलेत मालकानं? सोंग करू नकोस. बंधूंनो, याच्या बोलव्याला भुलू नका. हा मालकाचा चमचा आहे चमचा."

सगळी बसल्या जागी चुळबुळ करायला लागली. नामा हिरगुडे उठला. तो म्हणाला,

"मला मारुतीचं म्हणणं पटलं. अरे खुळ्यांनो, भरल्या ताटाला लाथ मारू नका. विचार करा. वीस टक्के बोनस? अरे, गावाला जाऊन वीस पैसे मिळणार नाहीत. तुम्ही इथनं पैसे पाठवताय तोवर गावात तुमची आब! पण एकदा तुम्ही बेकार झालात की संपलं. गावचं कुत्रंसुद्धा विचारणार नाही. हात जोडून सांगतो बंधूंनो, संपात सामील होऊ नका. बसलेली घडी मोडू नका. नसतं संकट ओढवून आणू नका. पोरंबाळं उपाशी मरतील. मुंबईला गिरणी कामगारांचं काय झालं? गिरण्या बंद पडल्या. संप चालू राहिला. गावी परतायला एस.टी.चं भाडंसुद्धा शिल्लक नाही. तशी दशा आणू नका."

सभा संपली. सर्वांनाच पटलं होतं की संप करणं म्हणजे सर्वनाशाला आमंत्रण!

त्यानंतर आणखीन दोन दिवसांनी गेटवर मोठी सभा झाली. युनियनचे मोठे लीडर आले होते. गाड्या भरभरून माणसं आली होती. हारतुरे, स्पीकरवर पोवाडे! सारं वातावरण तापत होतं.

"बंधूंनो, तुमचं शोषण करून जगणाऱ्या मालकशाहीबरोबर तुम्हाला लढा द्यायचा आहे. घाम तुम्ही गाळता, या गॅसच्या हवेत रात्रंदिवस काम करून तुमचं रक्त जळतंय आणि तुमचे मालक चैनीत जगतात. मला समजलं, काही कामगारबंधू मालकांना फितूर झालेत. ते बेइमान आहेत. त्यांच्या बोलण्यावर भरवसा ठेवून मागं हटाल तर भांडवलशाही तुम्हाला कधी संपवेल ते समजणार नाही. काही कामगारबंधू गेल्या वर्षी पस्तीस टक्के बोनस दिला म्हणून खूश आहेत. तो बोनस मालकांनी स्वत:च्या खिशातून दिला नाही, तर तुम्ही कष्ट करून जो प्रचंड फायदा कंपनीला

करून दिलात त्याचा एक तुकडा तुमच्या तोंडावर फेकला. त्यात उपकार कसले मानताय?''

''ही शाळा, हे हॉस्पिटल, घरं, हे सारं फॅक्टरी ॲक्टनुसार करावंच लागतंय. त्याला भुलू नका. एकजुटीनं उभं राहा. फूट पडू देऊ नका. नाक दाबलं म्हणजे तोंड उघडतं. तुम्ही काम बंद करा. या मशिन्सची धडधड बंद झाली म्हणजे समजेल, नुकसान काय असतं! कामगार युनियन झिंदाबाद!''

त्यांनी नारा दिला. सर्वांनी उचलून धरला. सदू पगारे, गणा कांबळे यांनी वेगळाच आवाज दिला.

'एक दो एक दो!
चमचे को फेक दो!'

सभा संपली. सर्व जण गरमागरम चर्चा करत घरी चालले होते. मारुती, दिनकर, सदा, नामा सर्व जण उदास झाले होते. एक प्रचंड झंझावाती वादळ घोंघावत येत होतं. झाड मुळापासून हलायला लागलं होतं. झाडावरची घरटी डळमळत होती. आतली पिलं-पाखरं कशी सांभाळायची? या वादळाला आता थांबवणं कुणालाच शक्य नव्हतं. त्या वादळानं फॅक्टरी, कॉलनी, कामगारांची मनं पार घेरून टाकली होती. आता होता सर्वनाश!

विचार करणारे विचार करत होते. ज्यांचं भान सुटलं होतं ते अविचाराकडे झुकले होते.

मारुती-लक्ष्मी जेवत होते. शंकर-चिमणी झोपले होते. घराच्या मागच्या दरवाजावर पाठीमागच्या बाजूनं दगडांचा, विटांचा वर्षाव सुरू होता. काय होतंय तेच आधी ध्यानात येईना.

''मारुती संपात सामील हो. नाहीतर घरासकट जाळून टाकू.'' आवाज येत होते.

'एक दो एक दो
चमचे को फेक दो!'

मारुतीनं कानावर गच्च हात धरले होते. काय होणार? मालक कोण आहेत, कसे आहेत, मला ठाऊक नाही.

मी चमचेगिरी केली?

काय केलं मी?

सर्वांचाच नाश होणार तो मी थांबवायचा प्रयत्न केला.

या कंपनीत सर्वांचंच बरं झालं. नशीब उजळलं.

कंपनीचं भलं झालं तर आपलं आणि देशाचं भलं होणार. आता कंपनी बंद, शाळा बंद! आणि किती दिवस हा हंगामा चालणार देव जाणे!

शेवटी संप सुरू झाला. सारे कामगार गेटवर उभे असत. मशिन्स बंद पडल्या होत्या. आत जाणाऱ्या गेटवर सक्त लक्ष ठेवून असत. कुणीही कामावर जायचं नव्हतं. लाल बावटे लावले गेले. भोंगा होत असे पण गेट मात्र रिकामंच राही.

साहेबलोक मात्र वेळेवर आत जात आणि वेळेवर बाहेर येत. जाता-येताना त्यांना शिव्या देणं, नारे देणं सुरू झालं होतं. कामगारांच्या बायका आता बंगल्यावर कामाला जात नव्हत्या.

''बाई काय करत असतील? परवा भेटून आले. फार काळजीत होत्या. पोरांसाठी केवढं खायचं बांधून दिलं. देवमाणसं आहेत. हो, तुम्हाला बाईंनी सांगितलंय, काही बोलू नका. जे घडणार ते घडणार. पाण्यात राहून माशाशी वैर कसं होणार? बाईंना साहेबांचीच काळजी वाटते बघा.''

लक्ष्मी बाईंच्या आठवणींनी रडत होती. त्या घराशी तिचे बंध नकळत जुळले होते. तो दुरावा तिला सोसवत नव्हता. त्या घरानं तिला वळण लावलं होतं. बाईंनी जपलं होतं. तिच्या मुलांना खायला घातलं होतं. या परक्या गावात बाई आणि साहेब तिचा आधार होता. मारुतीनं बाई पाहिल्या नव्हत्या. पण रोज तो ऐकत असे. प्रधानसाहेब खूप मोठे! गाडीतून जाता-येताना दिसतील तेवढेच.

एक महिना उलटून गेला. कंपनी बंद, पगार बंद. पहिले दिवस असलेल्या पुंजीवर ढकलले. हळूहळू पोटातली आग जाणवायला लागली. तसा रागाचा उद्रेक बाहेर येऊ लागला.

''मालक तडजोडीला तयार नाहीत. कारखाना कायम बंद करण्याची तयारी आहे.''

रोज बातम्या येत.

उलटसुलट चर्चा होत.

भाषण देणारे लोक येत नव्हते.

त्यांनी दुसऱ्या मोठ्या कंपनीत संप सुरू केला होता. त्यामध्ये ते गुंतले होते.

आपण संपात सामील झालो ते चुकलं, असं मनातून प्रत्येकाला वाटायला लागलं होतं. पण कुणी बोलत नव्हतं. प्रत्येक जण दुसऱ्याला वचकून होता. मैत्रीचं वातावरण संपलं होतं. संशय मात्र पसरलेला होता. कुणीच कुणाशी मनमोकळं बोलत नव्हता. घरच्या बायका संपाला, संपवाल्यांना शिव्या घालत होत्या. पोरं शाळेत जात होती, येत होती. पण आता पूर्वीसारखे आई-वडील त्यांचे लाड करत नव्हते.

''साहेबलोकांना पगार मिळतोय? आणि आमाला?''

''साहेब कामावर जातात. मग पगार घेणारच की!''

''कसलं काम? त्येस्नी मशिनी चालवायला येत्यात की गठ्ठे उचलायला?''

"मग पगार कसला?"

"आत जातात, सही करतात टाइमावर आणि पगार घेत्यात."

"आ? आणि आमचा पगार बंद, का?"

"त्ये काय न्हाई, त्येनीबी संपात सामील व्होयाला होवं."

"उद्यापासून मोटारी आडवायच्या." कुणीतरी टूम काढली.

"अरे कशासाठी दंगल करताय? संप कामगारांचा, कशासाठी साहेबलोकांना यात ओढताय? ते तर सांगत होते समजून की तडजोड करू या. परक्यांचं ऐकू नका. आता ऐकलंय ना लीडर लोकांचं? त्यांनाच फैसला करू दे?" मारुती म्हणाला.

पण आता लीडर बनले होते सदू पगारे, गणा कांबळे, ईश्वर गवारे. त्यांना भत्ता मिळत होता. संपावर देखरेख त्यांची होती. इथल्या सर्व बातम्या मुंबईला पोचवत होते. संप कितीही दिवस चालला तरी त्यांची चूल पेटणारच होती. आणि...

त्या दिवशी सकाळीच सारे कामगार गेटवर जमले. रात्रीच सारा बेत ठरला असावा. साहेबलोकांच्या गाड्या येऊ लागल्या. आठचा भोंगा झाला होता. सर्वांनी कडं करून गेट अडवलं. सर्व गाड्या अडवल्या होत्या.

"कामगारांचा विचार करा

कामावर जाणं बंद करा."

गाड्या मागं परतवाव्यात तर रस्ता गच्च झालेला. पुढं जावं तर गेट बंद. चारी बाजूनं कामगार होते. आवाज, गोंगाट सुरू होता. अचानक संपानं आक्रमक पवित्रा घेतला होता. गाडीतल्या साहेबांना समजत नव्हतं की काय करावं? चारी बाजूनं घेराव घातला होता.

'खेचा, खेचा त्यांना बाहेर. फार चरबी चढलीय अंगावर!'

मारुती उभा होता. तिथून थोडी पुढंच प्रधानसाहेबांची गाडी उभी होती. त्यांना बघून मारुतीच्या डोळ्यांत पाणी आलं.

'बाई लई काळजी करतात.' लक्ष्मीचे शब्द आठवले. अचानक तो पुढं झाला. मोठ्यानं म्हणाला,

"संप शांततेत पार पाडायचा असं ठरलंय मग मारामारी कशासाठी? वैर कशासाठी? रस्ता मोकळा करा. त्यांना परत जाऊ द्या."

पण कोलाहलात त्याचा आवाज ऐकू येतच नव्हता.

पुढच्या बाजूनं सर्वांना मोटारीतून बाहेर खेचायला सुरुवात झाली. काही जण प्रधानसाहेबांजवळ आले. गाडीच्या दाराशी खेचाखेच करायला लागले. त्यांनी स्वतःच दार उघडलं आणि प्रधानसाहेब बाहेर आले. सदूनं त्यांचा हात धरला.

"लई माल जमा केलाय कंपनीचा. आता हा हिसका बघा."

आणि त्यानं खूण केली. तशी ज्याला मिळेल त्यानं प्रधानसाहेबांना मारायला सुरुवात केली. कुणी केस ओढले. कुणी चश्मा काढून घेतला.

"अरे, अरे काय करताय? देवमाणसावर हात उचलताय?"

मारुती तीरासारखा धावला. जमिनीवर पडलेल्या साहेबांच्या अंगावर पालथा पडला. लाथा, बुक्क्या, लाठ्या स्वत:वर घेऊ लागला.

इतक्यात पोलिसांच्या शिट्या, हवेतला गोळीबार ऐकू आला. पळापळ सुरू झाली. गोळ्या घालण्याची ऑर्डर घेऊन आलेल्या पोलीस पथकाला प्रधानांच्या अंगावर पडलेला मारुती दिसला.

"शूट हिम."

आणि गोळ्यांची फैर झडली. सारे पळत सुटले. आजूबाजूला आडोशाला लपून जीव बचावत होते. मारुतीच्या अंगाची चाळण झाली होती. डोकीतून गोळी आरपार गेली होती. रक्ताच्या थारोळ्यात पडलेल्या मारुतीकडे बघत पोलीस इन्स्पेक्टर म्हणाला,

"बेइमानी कुत्रा, बरं झालं मारून टाकला."

जखमी प्रधानसाहेबांना अँब्युलन्समध्ये चढवत होते. त्या प्रचंड आवारात मारुतीचा निष्पाण देह पडला होता. सभोवती पोलीस पहारा सुरू झाला होता.

◆

पाठमोरी

वसूनं टेबलावर जेवणाची भांडी आणून ठेवली. पालथी करून ठेवलेली ताटं, वाट्या, पेले सरळ केले. पानात भाजी, कोशिंबीर सर्व वाढून घेतलं. पोळ्या वाढत असतानाच तिनं आवाज दिला.

“अण्णा, विजय, आशा पानं घेतलीत.”

बाहेरच्या खोलीतल्या अण्णांनी पेपरची घडी केली. विजयनं पुस्तकात खुणेचं पान घातलं. आशा नेहमीप्रमाणं वह्या-पुस्तकांचा पसारा तिथेच टाकून धावत आली. हे सारं रोजचंच होतं. सर्व असंच, याच पद्धतीनं रोज घडत होतं. बोलण्याची गरज कुणालाच वाटत नसे. सर्व वाढून झाल्यावर आई स्वयंपाकघरात हे आवरून जेवणाच्या टेबलाकडे आल्या. मुकाट्यानं सारे जेवत होते.

“ए ताई गं, उद्या रविवार सकाळी तू येशील का माझ्याबरोबर?” आशानं विचारलं.

“कुठे गं?”

“पुस्तकांच्या दुकानात? संपूर्ण महाभारताचा सेट तू घेऊन देणार आहेस ना या महिन्यात?” आशानं आठवण करून दिली.

“हो गं बाई. आठवण आहे मला. घेऊ या हं!” वसूनं भात कालवताना उत्तर दिलं.

“उद्या कुणीच कुठे जायचं नाही.” अण्णा चटकन म्हणाले.

“का?” वसूनं विचारलं.

“उद्या साताराची मंडळी तुला पाहायला यायची आहेत. मोठ्या कष्टानं मी सारं जमवत आणलंय. तेवढा वेळ तरी घरात राहा म्हणजे उपकार झाले.”

"अण्णा, मला वाटतं या विषयावर आपलं बोलणं पूर्वी एकदा झालंय. पुन:पुन्हा याच विषयावर आपण वाद घालणार आहोत का?" वसूनं अण्णांकडे बघत विचारलं.

"तुला लग्नाची गरज नसेल बाई, पण आमच्या जिवाला घोर लागलाय. एकदा हळदीनं पिवळ्या व्हा आणि सोडवा आम्हाला." वसूच्या आई जेवता जेवताच बोलल्या. वसूचा संताप उसळला होता. तरी संयमानं ती एकच वाक्य बोलली.

"हा विषय कधीच संपलाय असं मी समजते." ती उठणार तोच विजय म्हणाला,

"ताईसाहेब, तुम्ही विषय संपवाल, पण तो विषय बाहेर चांगलाच रंगला आहे. जाऊ तिथे तुझ्या आणि सुधीरच्या नावाची चर्चा ऐकू येते. आम्हाला लाज वाटतेय. तेव्हा हा विषय खरंच एकदा बंद करायचा असेल तर उद्या येणाऱ्या मुलाला होकार दे. अण्णांना केवढा मनस्ताप होतोय याची तुला कल्पना कशी असणार?" विजयच्या मानभावीपणाचं बोलणं ऐकून वसूचा संयम संपला

"अस्सं? अण्णांच्या मनस्तापाची कल्पना मला कुठून येणार बाबा! वयाच्या अठरा वर्षांपासूनच तूच तर नोकरी करून हे घर सांभाळलंस ना? नोकरी करून अर्धा भार तूच उचललास ना? तुलाच सर्व काळजी आहे. मी नुसती मजा मारतेय ही सारी वर्षं?"

"तू कमवून आणलंस म्हणून ऐकवतेस आम्हाला? त्या वेळी तेवढी गरज होतीच बरं! कमा, सुमाची शिक्षणं, लग्न मी एकटा कसा पार पाडणार होतो? त्या वेळी तुझं कर्तव्यच होतं, घराचा भार उचलण्याचं? पण आता फार झालं. आमचं आम्ही बघून घेऊ. उपाशी मरू पण तू लग्न करून जा." अण्णा थरथरत होते.

"अण्णा, गरज संपेल कशी? आजसुद्धा विजय, आशाची शिक्षणं व्हायची आहेत. आता तर तुम्ही निवृत्त व्हाल. या वेळी तर माझ्या कर्तव्याचा भार जास्ती वाढलाय. तरी मला जा म्हणता आहात?" खोचक सुरात वसू म्हणाली.

"कारण या घराला शोभेलसं तुझं वर्तन नाही. आजवर या फडणविसांच्या घरात कुणी कुमारिकेनं असले धंदे केले नव्हते. आता या सातारच्या मंडळींना काहीच कल्पना नाही तोवर लग्न उरकून घ्या." अण्णा म्हणाले.

"आजवर फडणविसांच्या घरची कुमारिका सोळाव्या वर्षी लग्न करून जात असे. प्रौढ कुमारिका मीच असेन पहिली. तेव्हा माझं सारंच वेगळं असणार."

"काय वेगळं गं? असलं जगावेगळं? लग्न झालेल्या एका माणसाबरोबर राजरोस फिरायचं? चांगलं नाव कमावलंस हं बाई! पैसे नव्हे पाप कमावून आणलंस." वसूच्या आई रडायला लागल्या.

''आशा, आईला आत घेऊन जा. झोपताना घ्यायची गोळी दे. आणि विजय, या विषयाशी तुझा संबंध अजूनतरी पोचत नाही. तेव्हा कृपा करून पुन्हा यात नाक खुपसू नकोस, समजलं?'' अण्णा मुकाट्यानं उठून बाहेर निघून गेले.

''संबंध कसा नाही? मुलगा आहे मी. मलाच सर्व ऐकावं लागतं.'' विजय उभा राहत म्हणाला.

''मुलगा आय मिन पुरुष? उद्यापासून शिक्षण सोडून दे आणि नोकरी करायला लाग. माझं मी निस्तरते.''

विजय हात धुण्याचं निमित्त करून तिथून निघून गेला. शिक्षण सोडायची कल्पना, त्याच्या मनाला न पटणारी होती. वसू स्वत:शीच हसली. या साऱ्या घटना जणू वर्षानुवर्षं घडत आल्या होत्या. घडणार होत्या.

ती सारं टेबल आवरत होती. दूध, दही झाकून ठेवत होती. सारं रोजचंच होतं, पण तिचं मन वादळलं होतं. साऱ्या भावनांवर काबू ठेवून ती काही घडलंच नाही असं वागायचा प्रयत्न करायची, पण कधी कधी असं एखादं वादळवारं भिरभिरत यायचं आणि सारं मनच उद्ध्वस्त होऊन जायचं.

अलीकडे तर सारखंच असं व्हायचं. विशेषत: तिचे आणि सुधीरचे संबंध केवळ मैत्रीच्या बंधनांना ओलांडून पलीकडे पोचले होते. तेव्हापासून अधूनमधून ती अशीच बैचेन व्हायची. या वादळवाऱ्यात एकटीच भिरभिरायची. आणि आज ते वादळ तिच्यासोबत या घरात घुसलं होतं. सारं घर आज या वावटळीनं ढवळून निघालं होतं. आई, अण्णा आजवर असं उघड कधी बोलले नव्हते. तिच्याखेरीज ते घर तग धरणार नव्हतं. तरीसुद्धा तिनं या घरातून जावं या विचारापर्यंत ते सारे पोचले होते. 'पैसे नव्हे पाप कमावून आणलंस बाई.' आईचे शब्द आसुडासारखे फटकारत होते.

पाप? असं जाणूनबुजून का कुणी पाप करतं? आणि माझं आणि सुधीरचं प्रेम पाप कसं?

''...सुधीर.'' आता टेबलाजवळ बसूनसुद्धा तिच्या नजरेसमोर सुधीरची उमदी मूर्ती उभी राहिली. तिच्या मनावरचा सारा ताण हलका झाला. मन पिसासारखं हलकं झालं. त्या पिसाऱ्यावरचे अनेक रंग तिचं मन मोहरून टाकू लागले.

नोकरीला जाताना पहिल्या दिवशी तिचा खूप गोंधळ उडाला होता. आईनं हातावर दहीसाखर घातली होती. कमा-सुमानं मोगरीचा गजरा दिला होता. आई-अण्णांना नमस्कार करून ती ऑफिसला निघाली. सोळा-सतरा वर्षांची वसू दिसायला आकर्षक होती. गोल चेहरा, सावळा रंग, चेहऱ्यावर लाजरा भाव अशी गोंधळलेली वसू ऑफिसमध्ये आली तशी सारा गोंगाट थांबला. सारे जण मान वळवून तिच्याकडे बघत होते. तशी ती फारच गोंधळली. आपल्या टेबलापाशी

जाऊन उभी राहिली. इथेच बसायचं का या विचारानं ती अवघडली होती.

"एनी प्रॉब्लेम?" एक हसतमुख चेहरा विचारत होता.

"न... काही नाही." ती चटकन खुर्चीवर बसली.

"पहिल्या दिवशी असंच होतं गोंधळायला. तरी तुम्ही खूप धीट आहात. अहो, या नव्या पोरी येतात ना! येताना वरातच असते पाठीमागं. मी म्हणतो मग लग्नच करावं की? उगीच एक चांगली जागा कशाला अडवायची?"

त्याची बडबड सुरूच होती. वसू मुकाट्यानं समोरची मोठाली रजिस्टर बघत बसली होती. आता इथे काय काम करायचं? ती रडवेली झाली होती. तिची अडचण बघून तोच पुढं सरसावला होता.

"पहिल्याच दिवशी एवढं मोठं लेजर समोर घेऊन बसल्यावर गोंधळायलाच होणार. चला, आधी सर्वांच्या ओळखी करून घ्या. पण आधी मला सांगा तुमचं नाव?"

"वसू." लाजून ती म्हणाली.

मोठ्यानं हसून तो म्हणाला,

"भारतीय संस्कृतीचा विजय असो. इथे स्त्रिया अजूनही लाजू शकतात? आ हा हा हाऽ आता खरं ऑफिस शोभून गेलंसं वाटतं. माझं नाव सुधीर. चला."

आणि त्यानं तिला साऱ्या ऑफिसभर फिरवलं, प्रत्येकाशी ओळख करून दिली. कुणीतरी त्याला हटकलं,

"क्यूं सुधीर, जास्ती लक्ष देतो आहेस?"

"अरे, लक्ष द्यावं असं आजवर कुणी आलंय या ऑफिसमध्ये? आज मनापासून वाटलं म्हणून तर..." तो हसत म्हणाला.

वसू फुलासारखी आतल्या आत संकोचत होती. पण सुधीरनं तिचा सारा संकोच दूर केला. अवघड वाटणारं काम सोपं केलं होतं. विश्वासानं वसू ऑफिसचं काम उरकू लागली. सर्वांशी मोकळेपणे हसू लागली. बघता बघता दोन वर्षं सरली. पण जाता-जातानाच त्यांनी सुधीर आणि वसूभोवती एक नवीन कोश गुंफला होता. नकळत त्यात वसू आणि सुधीर गुंतले होते. नजरेची भाषा आता अवगत झाली होती. विरहाचे क्षण आता घड्याळावर मोजले जात होते. सुधीरची मोटारबाइक तिच्यासाठी थांबू लागली होती. मरीन लाइन्सच्या खाऱ्या वाऱ्यानं मन थरथरू लागलं होतं. वसू नोकरीत रुळली होती. घरचा भार हलका झाला होता. आई-अण्णा निर्धास्त झाले होते.

एके दिवशी सुधीरला बिलगून मोटारबाइकवर बसलेल्या वसूला सुधीरनं विचारलं होतं,

"वसू, असं किती दिवस भटकायचं?"

"मग काय करायचं?" त्याच्या खांद्यावर गाल टेकवून डोळे मिटल्या अवस्थेत वसूनं विचारलं.

"काय म्हणजे? लग्न?"

"लग्न? तू खरं बोलतोय? मनापासून?" वसूनं आश्चर्यानं विचारलं.

"नाही देवीजी, मी काझीप्रमाणं सर्व सुंदर मुलींना हाच प्रश्न विचारत असतो बरं! हे बघ वसू, आज घरी जाऊन अण्णांना विचारून ये. उद्या लग्नाचा दिवस नक्की ठरव की मी येऊ अण्णांना विचारायला?" त्यानं विचारलं.

"नको रे बाबा, मी विचारते अण्णांना."

त्याच्या सभोवतीच्या हाताची मिठी घट्ट करत वसू म्हणाली. घरी आली ती तरंगतच. दारात चपलांचा ढीग पडला होता. ती थबकली. आज अण्णांना सारं विचारायचं आणि आजच पाहुणे कुठून टपकले? तिनं आत डोकावलं आणि ते दृश्य बघून ती अवाक् झाली. कमाला बघायला मंडळी आली होती. नवीन साडी नेसून कमा मान खाली घालून बसली होती. कमाचं लग्न ठरवताहेत? आपल्याला ठाऊकही नसावं? तिचा घसा कोरडा पडला होता. पाय थरथरत होते.

"ये, वसू ये. ही वसू. आमचा मुलगाच समजा. आता कमाच्या लग्नाची सारी जबाबदारी तिच्यावरच." अण्णा ओळख करून देत होते.

त्यानंतर सुमाचंही लग्न झालं होतं. या वेळीही ती त्या घरचा मुलगा होती. सुधीरचं प्रेम तिनं घडी करून मनाच्या चोरकप्प्यात बंद करून ठेवलं होतं. तिच्या मनात असं एखादं दुःख साकळून गेलं असेल याची घरच्या कुणालाही कल्पना नव्हती. तिचं मन आतल्या आत आक्रंदत होतं. कोमेजत होतं. पण ते सर्व ती चूपचापपणानं सोसत होती.

नाही म्हणायला अण्णांना विचारून येते म्हणून ती सुधीरला सांगून घरी गेली होती. त्याच्या दुसरे दिवशी ऑफिसमध्ये सुधीरला भेटताना मात्र ती पुरी ढासळली होती. त्याची नजर चुकवत होती. शेवटी लंच ब्रेकला सुधीरनं तिला जवळजवळ जबरदस्तीनं कँटीनला नेलं होतं. सकाळपासूनच्या तिच्या वागण्याचं त्याला कोडं पडलं होतं.

"वसू, प्लीज, सांग काय झालं काल?"

"सुधीर, मला लग्न करता येणार नाही."

"पण का?"

"का? कमा, सुमाची लग्नं व्हायचीत; विजय, आशाची शिक्षणं व्हायचीत."

"तुझे वडील नाहीत? ही त्यांची जबाबदारी आहे. तुझी नव्हे."

"हं, तेच तर त्यांना समजत नाही. केवढं आकांडतांडव केलं. आणखीन काही वर्षं तरी काम करणं भाग आहे या घरासाठी?"

“म्हणून तू जन्मभर काम करत बसणार? बापाचा संसार करत? आणि माझं काय?” सुधीरनं विचारलं.

“तू? तू लग्न करून घे. सुधीर, माझ्यासाठी तुझ्या आयुष्याची परवड करू नकोस.”

“इतकं सोपं आहे ते? वसू, इकडे बघ. अशी नजर चुकवू नकोस.” तिनं त्याच्याकडे पाहिलं.

साऱ्या विश्वातला विश्वास त्या नजरेत होता; पण तो स्वीकारायचं धैर्य तिला नव्हतं. या जाणिवेनं ती फुटून फुटून रडत होती. तेवढंच. त्यानंतर ते अश्रू तिनं आतल्या आत परतवले होते. तिच्यासारखेच ते अश्रू आतल्या आत थिजून गेले होते. गोठून गेले होते.

ऑफिसमध्ये सुधीरशी ती कामापुरतीच बोले. सर्वांनाच तो बदल जाणवत होता.

कमा, सुमाची लग्नं, बाळंतपणं, डोहाळजेवणं, बारशी सारं यथासांग होत होतं. विजय मेडिकलला गेला होता. आपला मुलगा डॉक्टर होणार या स्वप्नात आई-अण्णा मोहरले होते. ऋतू येत होते, जात होते. वसूही फुलत होती. मिटत होती. तिचं मिटणं सर्वांना अपेक्षितच होतं. त्याची दखल कुणालाच नव्हती.

एके दिवशी सुधीरनं लग्नपत्रिका तिच्या टेबलावर ठेवली.

“तुझं लग्न?” तिनं पत्रिकेवर नजर टाकत विचारलं, “कुठली मुलगी? कशी आहे?”

“ठाऊक नाही. आईनं ठरवलीय. गावी असते.” तुटकपणे तो म्हणाला.

“म्हणजे मुलगी न बघताच तू लग्न करतो आहेस?” तिनं मोठ्यानं विचारलं. आपण ऑफिसमध्ये आहोत याचं भान येऊन ती सावरली.

“विचार कर सुधीर, अरे लग्न हे जन्माचं बंधन.” ती आवेगानं बोलली असती; पण त्याच्या टपोऱ्या नजरेला नजर भिडली आणि सारेच शब्दच संपले. कोरडेपणानं हात पुढं करून ती म्हणाली,

“गुड-लक!”

हातांना निसटता स्पर्श... त्यातून निसटलेले स्वप्न...

लग्न झालेला सुधीर तिनं कटाक्षानं दूर ठेवला होता. आपलं डिपार्टमेंट बदलून घेतलं होतं. वरच्या मजल्यावरचं एका कोपऱ्यातलं टेबल निवडलं होतं. खिडकीतून नजर टाकली की निळा समुद्र लहरताना दिसे. तिच्या मनासारखाच तोही उचंबळत असे. पण किनाऱ्याच्या आत.

आणि एका काळोख्या संध्याकाळी सुधीर तिला शोधत तिच्या टेबलापाशी आला होता. सारं आभाळ काळ्या ढगांनी गच्च भरून गेलं होतं. जोराचा वादळवारा

सुसाटत होता. समुद्राला उधाण आलं होतं. कोणत्याही क्षणी आकाश कोसळणार होतं.

"वसू, तुला वेळ आहे आज?" त्यानं विचारलं.

"का? तुझा संसार बघायला? नाही रे बाबा, मला वेळ नाही." तिनं टेबल आवरायला सुरुवात केली.

"नाही वसू, आज घरी जावंसं वाटत नाही. चल, कॉफी घेऊ." त्यानं आर्जवी स्वरात म्हटलं.

"अरे, पण तुझी बायको?"

तिनं काही बोलण्याच्या आत त्यानं तिचा हात धरला.

"वसू, प्लीज चल."

आणि भारल्यासारखी ती त्याच्यामागं चालत होती.

कॉफी हाउसमध्ये पोचेपर्यंत ती दोघं भिजून चिंब झाली होती. मग कपडे सुकवण्यासाठी खोली घेणं भाग होतं. त्या कोसळत्या आभाळासारखीच सुधीरच्या प्रेमात ती न्हाऊन निघत होती. आज एका नव्याच जगाची ओळख झाली होती. या सुखापासून तिला तोडणाऱ्या आई-अण्णांचा ती द्वेष करायला लागली होती. महिन्याचा पगार त्यांच्या तोंडावर फेकला की उरलेलं तिचंच होतं व ते सुखही तिचं होतं आणि ते पाप नव्हतं. तो तर तिचा सुधीर होता. फक्त तिचा. लग्न झालेल्या बायकोला पण त्याला जिंकता आलं नव्हतं. वसूला विसरून तिच्याशी संसार करणं त्याला जमलं नव्हतं, या एकाच विचारानं वसू मोहरून गेली होती. इतर कशाचा विचार न करता फक्त सुधीरचा, तिचा आणि त्यांच्या त्या नवीन विश्वाचा विचार ती करत होती. त्या विश्वात फक्त इंद्रधनुषी रंग होते, धारा होती, प्रवाह होता आणि त्यातून वाहत जाणं तिला सुखावत होतं.

"सुधीर, तू लग्नापूर्वी असा का वागला नाहीस रे?" लाडात येऊन ती विचारी.

"मला तरी कुठे समजत होतं, मला काय हवं होतं? ज्या दिवशी दुसरी स्त्री माझ्या जीवनात उतरली तेव्हाच जाणवलं की मी काय गमावलं! मला तो ताण असह्य झाला. तुझ्याजवळ मन मोकळं करायला आलो आणि हे सारं घडलं. रागावलीस?"

"नाही रे. पण कधी कधी फार भीती वाटते. मला पटत नाही. पूर्वी सारं सरळ सोपं होतं. आणि आता सारंच अवघडून गेलंय बघ." ती उदासून म्हणे.

"यालाच नशीब म्हणतात. वसुराणी, तू काळजी करू नकोस. अगं, हा जन्म, या भेटीगाठी परत परत का घडणार आहेत? आपण असेच जगू. मस्त. आनंदात! ज्याला उपाय नाही त्याचा विचार कशासाठी?"

आणि ते भेटतच गेले. खंडाळा, माथेरान, महाबळेश्वर, गोवा, कुठे ना कुठे संकेत ठरत. त्या प्रत्येक भेटीनं वसूच्या मनाचं फुलपाखरू होत असे. तिच्या डोळ्यांत, बोलण्यात, वागण्यात फरक होत होता. सारी दृष्टीच बदलून गेली होती. जणू हे असंच घडत आलं होतं. एका भेटीतून दुसऱ्या भेटीचा संकेत जुळत होता.

'होईना त्याचं लग्न?' तो तर तिचा होता. तिनंही मनोमन त्याला वरलं होतं. जगाला त्याची पर्वा कुठे होती? आणि त्या दोघांच्या जगात बाहेरच्या जगाला प्रवेश बंद होता.'

आणि आता एवढ्या वर्षांनी अण्णांना तिच्या वयाची, आपल्या कर्तव्याची जाणीव झाली होती. सारं रामायण घडून गेल्यानंतर! आता त्यांना हे सुचत होतं. उद्या तिला दाखवणार होते. काय दाखवणार आहेत? हे मन, हे शरीर जे माझं नाही? जे सुधीरचं आहे? आई-अण्णा माझ्या पैशावर हक्क सांगू शकतात. माझ्यावर नाही.

या विचारानं भारलेली वसू आज रविवार असल्यानं अलगद घरी अडकली होती. आई-अण्णांना चुकवून बाहेर जाणं शक्य नव्हतं. ती आतल्या आत धुमसत होती. चहाची तयारी करताना आई म्हणाली,

"वसू, उशिरा का होईना, आज तुझ्या लग्नाचा योग येतोय. त्याला असं अव्हेरू नकोस."

"का? उशिरा का योग आला? कमा-सुमापेक्षा मी सरस होते. मिळवत होते. मग माझ्याकडे दुर्लक्ष का झालं, सांग?"

ताठरपणानं वसू बोलली, खिन्न हसून आई म्हणाली,

"मिळवती होतीस म्हणून! वसू, झालं गेलं गंगेला मिळालं. सुधीर स्वतःचा संसार नीट करतोय. बायकोला सारं सुख नीट देतोय आणि वरती चैन म्हणून तुला वापरतोय. चांगल्या घरात जन्मून शेवटी अशी परवड कशासाठी करून घेतलीस? अशा चोरट्या नात्यात कल्पनेनं सुख मानायचं, त्यापेक्षा हा मुलगा तुला घर, संसार, सारं सुख देईल. सन्मानानं जपेल. विचार कर बेटा, मी काय बोलू? तुम्ही सारी शिकलेली माणसं."

आजवर आई असं कधीच बोलली नव्हती. कधी प्रेम दाखवून दिलं नव्हतं. पण मनातून तिचं दुःख तीच सोसत असेल. माझ्यासारखीच?

भारल्यासारखी वसू पाहुण्यांसमोर जाऊन बसली. समोर बसलेला माणूस वयानं थोडा प्रौढ होता; पण खानदानी वाटत होता. सुशील दिसत होता.

"काही प्रश्न विचारा."

"अहो, त्यांनी मुलीला पूर्वीच पाहिलंय. ऑफिसमधून जाता-येताना. मुलगी मनात भरली म्हणून तर चौकशी करत इथवर आले." मध्यस्थ दात विचकत बोलत होता.

वसू दचकली. ऑफिसमध्ये जाता-येताना? सुधीरसोबत तर नव्हे?

"मला यांच्याशी थोडं बोलायचं आहे. चालेल ना?" अदबीनं त्यानं विचारलं. वसूचा चेहरा उतरून गेला. हातपाय नकळत थरथरत होते. घसा सुकून गेला होता. सर्व जण खोलीतून निघून गेले.

"आपलं लग्न प्रौढ वयातच होतंय. पण माझं जीवन स्वच्छ आहे. नो अफेअर. भावंडांची जबाबदारी होती आजवर म्हणून लग्नाचा विचार केला नाही. छोटा बिझिनेस आहे. लहानसा फ्लॅट आहे वरळीला. आता कुणाची जबाबदारी नाही माझ्यावर. माझं आयुष्य हे माझं आहे आणि मानलंत तर तुमचं." हळूच तो म्हणाला.

'पण माझं आयुष्य माझं कुठे आहे?' वसूचं मन बोललं.

"मला तुम्ही पसंत आहात. माझ्या अटी वगैरे नाहीत. पण नोकरी केलीच पाहिजे. पैशासाठी नव्हे. पण तो पगार तुम्ही या घरी देत राहावा असं मला वाटतं. तुमचा भाऊ डॉक्टर होईपर्यंत मिळवती मुलगी घरातून नेणं मला पटत नाही. नंतर नोकरी करणं न करणं हे तुमच्या मर्जीवर! माझ्या कमाईत आपण दोघं सुखानं राहू." तुम्हाला नोकरीचा कंटाळा आला असेल तर सोडून द्या. तेवढे पैसे मी दरमहा अण्णांना देत जाईन. पण तुम्ही होकार द्यावा असं मला मनापासून वाटतं." तो बोलतच राहिला असता, पण वसू अबोल झालीये हे ध्यानात येऊन तो थांबला आणि म्हणाला,

"ओऽह! माफ करा. पण तुमची पसंती मला समजली नाही?"

वसू काहीच बोलली नाही. मोठ्यानं हसून तो म्हणाला, "आता संकोच वाटत असेल तर नंतर कळवा."

जाताना तो स्नेहाची उधळण करतच गेला. वसू अवघडून गेली होती. सारं घर आनंदात होतं. इकडे लग्नही ठरलं होतं आणि त्यांचा आर्थिक प्रश्नही सुटला होता.

"फार मोठ्या मनाचा माणूस हो!"

अण्णा परत परत पावती देत होते. एकटी आई मात्र वसूकडे रोखून बघत होती.

"वसू, काय आहे तुझ्या मनात? खरं सांग." रात्री सारं घर शांत झाल्यावर आईनं विचारलं.

"आई, माझा निर्णय पूर्वीच ठरलाय. हा विषय बंद करा."

"अगं, इतकी चांगली संधी सोडतेस का? माझं ऐक वसू. नवीन घडी देवदयेनं बसतेय ती मोडू नकोस." आई म्हणाली.

"आई, मला समजतंय या लग्नाला तुम्ही का तयार झालात. मी लग्न करून गेले तरी तुमची काहीच अडचण होणार नाही. म्हणजे एकापरीनं माझी बला गेली.

तुमची अब्रू वाचली. लग्न करून दिल्याचं पुण्यकर्म साधलं, आणि माझा पगार येतच राहणार. तिथे राहूनही हे ओझं मी बाळगायचं, एका सज्जन माणसाला बनवायचं? मला ते जमणार नाही. त्याच्या मोठेपणाखाली मी गुदमरून मरेन.'' वसू भकासपणानं बोलत होती.

''आता आणि हे नवीन खूळ काय काढलंस?''

''मिळवत्या मुलीच्या आयुष्यात काहीतरी घडलेलं असणार हे आजकाल प्रत्येक जण समजावून घेत असतो. आणखीन फाटे फोडू नकोस. उद्या मी होकार कळवते.'' आई म्हणाली.

''आणि मी नकार दिला तर?'' वसू चटकन म्हणाली.

''पण नकार का द्यायचा?''

आई संतापली होती. सारं जमवून आणलेलं, ही पोर आता हट्टानं उधळणार होती.

''आई, एक गोष्ट विचारू? लग्नानंतरही पगार या घरात यायला हवा ही अट सुधीरनंही मानली असती. मग त्या लग्नाच्या वेळी एवढं आकांडतांडव का झालं? काय कमी होतं सुधीरमध्ये?''

''कारण सुधीरनं पगार देण्याची अट नाकारली होती.'' आई संथपणे म्हणाली.

''म्हणजे, अण्णा त्याला भेटले होते?'' वसू किंचाळली. नंतर आईकडे बघून रोखून म्हणाली,

''या मुलाला पण ही अट घातलीय?''

आईनं उत्तर दिलं नाही.

''आई, लग्न करून मी परत याच ऑफिसमध्ये काम करायचं. सुधीर समोर असताना दुसऱ्याची पत्नी म्हणून मी वावरायचं. माझ्या मनाचा कधीतरी विचार करा. आई, मी स्पष्ट सांगते, ऐक. आणि उद्या अण्णांना पण सांग. माझं हे मळलेलं मन आणि शरीर घेऊन मी कुणाला सामोरं जाऊ शकणार नाही. त्याच्या मोठेपणानं मी नेहमी दबून जाईन. मनात साऱ्या घडलेल्या घटनांची सावली बाळगत त्या छायेत वावरणं जमणार नाही. संकोचानं, धास्तीनंच मी मरून जाईन.'' धीम्या संथ शब्दात वसू बोलत होती.

''मग सुधीरला विचारून बघ बायकोला सोडून तुझ्याशी लग्न करतोय का?'' आई उपरोधानं म्हणाली.

''वसू, तूपण नीट ऐक. जर तू हे लग्न स्वीकारणार नसलीस तर तुझे अण्णा या घरात तुला ठेवून घेणार नाहीत. विजयनं पार्ट-टाइम नोकरी पाहिली आहे.''

यापुढं या घरात तिला जागा नव्हती. या घराला तिची गरज नव्हती. वसूनं सारी रात्र सुन्नपणानं त्या खुर्चीवर बसून घालवली. सकाळपर्यंत तिच्या मनाचा निश्चय

झाला. कुणी उठायच्या आत ती बाहेर पडली. सारी नाती व्यवहाराच्या नात्यात गुंतली होती. मग तिथे राहण्यात अर्थच काय होता?

तिनं सुधीरच्या दरवाजाची बेल वाजवली, त्या वेळी सारी चाळ झोपून जागी होत होती. तिला दारात बघून सुधीर गारठूनच गेला. तिला त्यानं बाहेरच्या बाहेरच समोरच्या इराण्याच्या हॉटेलात नेलं.

''हा काय अवतार?'' त्यानं विचारलं.

''सुधीर, तुझं माझ्यावर प्रेम आहे?'' तिनं विचारलं.

''सात वर्षं झाली. रोज मी काय सांगतोय? मग आज इतक्या सकाळी हे विचारायला आलीस?'' सुधीर बळेच हसून बोलायचा प्रयत्न करत होता.

''सुधीर कल्पनेतलं नव्हे, खरं सांग काय ते.''

''तुला काय म्हणायचंय? सरळ सांग बघू!'' सुधीर जरा त्रासिकपणे म्हणाला.

''माझ्याशी लग्न करतोस? डायव्होर्स घेऊन?'' ती रोखून बघत म्हणाली.

''हा काय वेडेपणा? तुझं माझं प्रेम हे उपचारापलीकडचं आहे. त्याला लग्नाची गरजच काय? आपलं प्रेम कसं दिव्य आहे.'' सुधीर सावरून घेत म्हणाला.

''गरज आहे.'' वसू म्हणाली, ''सुधीर आपलं प्रेम दिव्य भव्य असतं ना तर मग शरीराच्या ओढीनं धावलं नसतं. खरंतर ती एक गरजच. शरीराची आणि मनाची. पण त्या पलीकडे आपण कोण आहोत? उत्तर दे सुधीर. माझ्यावर प्रेम करण्यात तुला त्रासच कोणता आहे? मिळतं ते सुखच. मनाचं सुख, अद्‌भुत जगण्याचं सुख, थ्रिलचं सुख, याखेरीज तुझं घर सुरक्षित आहे ते आहेच. तुम्ही सारे आधी आपल्याला सुरक्षित करून घेता, मग माझ्या सुखाचा आभास निर्माण करता.''

''तुला काय म्हणायचंय ते लवकर सांग. मी न सांगता आलोय.''

''मीपण घर सोडून आलेय. न सांगता. माझ्यावर प्रेम आहे ना? बायको आवडत नाही असं रोज म्हणतोस. मग डायव्होर्स घे. माझ्याशी लग्न कर!'' वसू आग्रहानं बोलत होती.

''तूच तर आधीपासून सारा घोळ करून ठेवलास!''

''आधीचं सोडून दे. आता काय करणार आहेस बोल.'' वसू घड्याळात बघत म्हणाली.

''आता कसं शक्य आहे? तिला तिसरा महिना चालू आहे.''

सुधीर मान खाली घालून हळूच बोलला.

आश्चर्यानं तिचे डोळे विस्फारले. पुन्हा ती कोरडी झाली. पर्स सावरून ती उठली,

"अभिनंदन!"

सुधीरकडे पाठ फिरवून ती चालू लागली. तिचे पाय जमिनीवर होते. पण आधार सुटला होता.

सारे स्नेहाचे धागे एक एक करत निखळून गेले होते. साऱ्यांचं देणं संपून गेलं होतं. सारे रंग बघून झाले होते. आता समोरचा अस्ताव्यस्त पडलेला सारा रस्ता तिचाच होता. त्यावरून ती फरपटत चालली होती पाठमोरी!

◆

सम्राज्ञी

टॅक्सीत बसणाऱ्या श्रीकांतनं घराच्या गॅलरीत उभ्या असलेल्या निमाला हात केला. तो टॅक्सीत बसला तसा सुधाकरनं तत्परतेनं टॅक्सीचा दरवाजा बंद केला. टॅक्सी सुरू झाली. सोसायटीच्या गेटमधून टॅक्सी पार दिसेनाशी झाली तरी निमा तिथेच उभी होती. किती वेळ झाला तरी तिथेच! सोसायटीतली मुलं मधल्या मोकळ्या जागेत खेळत होती. त्यांचा आवाज कानावर आला तसं निमानं नवलानं बघितलं. रोज या वेळी श्रीकांतच्या गाण्याचा तंबोऱ्याचा आवाज घरभर ऐकू येत असे. त्यातून या समोर खेळणाऱ्या मुलांचा गलका तिनं कधी ऐकलाच नव्हता. आज प्रथमच तो मुलांच्या हसण्याचा, ओरडण्याचा आवाज आपण ऐकत आहोत असं निमाला वाटलं. उभं राहून पाय दुखायला लागले. आत जावं असं वाटत होतं. पण जाऊन तरी काय करायचं?

"निमाताई, पंडितजी गेले का नवीन जागेत?" पलीकडून गाडगीळ वहिनींनी विचारलं. त्यांच्या आवाजाबरोबर समोरच्या घराच्या खिडकीचं तावदान किलकिललं, पडदा जरा उगीच सळसळला. तशी गाडगीळ वहिनींना उत्तर न देताच निमा घरात वळली. आतमधलं ते उघडंनागडं घर बघून तिचं मन चरकलं. कोपऱ्यातला तंबोरा, पेटी, तबला सारं नव्या जागेत हलवलं होतं. तो कोपरा आता रिकामा, भकास, मोकळा झाला होता. मधले लोड, तक्के, पातळ गाद्या, त्यामधला गालिचा गुंडाळून नव्या जागेत गेला होता. रिकामी खोली केवढी मोठी वाटत होती. अगदी पहिल्या दिवशी या घरात, ती घर पाहायला म्हणून आली होती- तेव्हा ही खोली अशीच मोकळी, मोठी वाटली होती. त्या वेळी भिंतींना गिलावा पण केलेला नव्हता. तरी पण त्या भिंतींवर इंद्रधनुष्याचे रंग लखलखल्याचा भास निमाला झाला

होता. पंधरा वर्षांनंतर निमा आज ती खोली जणू प्रथमच बघत होती. तिनं दिव्याचं बटण लावलं. ट्यूबचा प्रकाश भिंतींवरून ओघळू लागला. त्या भगभगीत प्रकाशानं भिंती झगमगत होत्या. गेल्या वर्षीच लावलेला ऑइलपेंट नजरेत भरत होता. त्या प्रखर प्रकाशात भिंतींचे उडालेले टवके, ओरखाडे तिथे नसतानाही निमाला दिसायला लागले. तशी तिनं बटण बंद केलं. कोपऱ्यातला मंद उजेडाचा स्टँडलँप लावला. खुर्च्या, टेबल सारं होतं तिथेच होतं. निमानं कोपऱ्यातली चटई पसरली. सामान हालवलं. त्यानंतर त्याच्या खालची धूळ, मागच्या भिंतीची जळमटं स्पष्ट दिसत होती. निमानं झाडू हाती घेतला. जळमटं झाडायला लागणार तोच आठवलं नुकताच श्रीकांत गेला होता घरातून. तिन्हीसांजेची वेळ होती. अशा वेळी झाडू मारणं अशुभच, या विचारानं तिनं झाडू खाली ठेवला. ती स्वयंपाकघरात गेली. टेबलावर कॉफीचे कप, प्लेट्स तसेच पडले होते. ओट्यावर रिकामं दुधाचं पातेलं, भांडी यांचा पसारा पडला होता. रात्रीचं जेवण निमानं नुकतंच टिफीनमध्ये भरून दिलं होतं. भांड्याच्या तळाशी उगीच थोडं अन्न तिनं राखून ठेवलं होतं. भूक लागलीच तर... स्वत:साठी. कपबश्या, पेले यांनी भरलेलं जेवणाचं टेबल आणि भांड्यांनी भरलेला ओटा बघून तिला कळमळून आलं. ती मागं वळली.

बेडरूमचा अर्धा भाग भल्या मोठ्या डबल कॉटनं भरून गेला होता. कडेनं दोन कपाटं, मधे ड्रेसिंग टेबल, त्याच्यावरचा श्रीकांतचा सारा पसारा कमी झाल्यानं ड्रेसिंग टेबल रिकामं झालं होतं. कॉटवर तंबोऱ्याच्या जुन्या गवसण्या पसरल्या होत्या. नव्या जागेत जाताना सुजातानं हौसेनं नवीन कापड आणून नव्या गवसण्या शिवून आणल्या होत्या. त्या कापडावर नाजूक निळी, जांभळी फुलं होती. नव्या कापडांच्या गवसणीत जुने तंबोरे बंदिस्त झाले होते.

"क्या बात हैं!"

श्रीकांतनं बाहेरच्या खोलीत दाद दिली होती आणि निमाच्या जुन्या पातळ साडीच्या गवसणीचा बोळा कॉटवर फेकला गेला होता. निमानं त्याची घडी घातली आणि कपाटात ठेवायला कपाट उघडलं. श्रीकांतचे सारे कपडे एक एक करत नव्या जागेत गेले होते. आता कपाटही जाणार होतं. निमानं गवसण्या बाथरूममधल्या धुण्याच्या बादलीत ठेवल्या आणि हॉलमधल्या चटईवर बसून सगळ्या घराकडे टुकूटुकू बघत बसली. अलीकडे ती अशीच सगळीकडे भिरीभिरी बघायची, हाक मारली तरी अलीकडे तिचं लक्षच जायचं नाही, मनातले सगळे भाव मग घरातल्या वस्तूंवर व्यक्त होत होते. कपबश्या धुताना तिची बोटं मायेनं त्या काचेवरून फिरत. पांढऱ्या कपांवरचे गुलाबी रंग ती साबण लावून आणखीन गुलाबी करायचा प्रयत्न करायची. बाहेरची खोली श्रीकांतच्या सुरांनी भरून जात असे. त्या सुरात कधी सुजाता, कधी राजश्री, कधी धनू तर कधी सुधाकरचे सूर मिसळलेले असत.

सारी बिल्डिंग त्या आवाजानं भरून गेलेली असे. एकटी निमा कधी स्वयंपाकघरात, तर कधी बेडरूममध्ये आपल्याच नादात फिरत असे. कधी कॉटवरच्या चादरी नीट कर, तर कधी शेल्फवरचे डबे लावत वेळ काढत असे. संध्याकाळ, सकाळ, अशाच उगवून संपून जात. दुपारी निमा बाहेरच्या खोलीतला पसारा आवरत असे. श्रीकांत रियाजानं थकून, झोपून गेलेला असे. कधी सुजाता, कधी धनू यांच्यासह गाताना केलेल्या कॅसेट्स लावून तो ऐकत पडून राहत असे.

'अहो' अशी हाक मारावी तर त्याची तंद्री मोडणार आणि त्यानंतरचा त्यानं रागानं टाकलेला दृष्टिक्षेप तिला थिजवून टाकणारा असे. यामुळे अलीकडे ती दुपारभर अशीच हॉलमधल्या बैठकीवर बसून वेळ काढत असे. चार वाजले की कधी सुजाता, कधी राजश्री, तर कधी धनू यायच्या. त्या हॉलमधल्या निमाकडे न बघताच सरळ श्रीकांतच्या बेडरूममध्ये जात.

'पंडितजी.' अशी हाक जरी आली, तरी मग श्रीकांत चटकन जागा होत असे. त्यांच्या हसण्याचा आवाज आला की निमा चहाचं आधण गॅसवर चढवायची. चटईवर बसलेल्या निमाला आतासुद्धा स्पष्ट आठवत होतं.

एके दिवशी चहाचा ट्रे घेऊन ती खोलीत गेली होती. त्या वेळी श्रीकांतची एक शिष्या, चादरीची घडी घालत होती. दुसरी ड्रेसिंग टेबल नीट लावत होती. तिसरी त्याच्या पायाशी बसली होती. ते सारं बघून निमाचा संताप उसळून आला व चेहऱ्यावरही उमटला. चहाचा ट्रे कॉटच्या कडेवर ठेवून ती बाहेर जायला वळली तर श्रीकांतचे जळजळीत शब्दच कानात शिरले.

"निमा, उद्यापासून चहा सुजाता करेल."

"का मला करता येत नाही?" निमानं विचारलं.

"बस्स झालं तुझ्याकडून काही करवून घेणं. हे असलं पडलेलं तोंड बघून सारा मूड स्पॉईल होतो. आवाज गळ्यातच घुसमटतो."

"माझ्यामुळे?... नाही, आवाज उमटत नाही तो माझ्यामुळे नसावा. तुमचं लक्ष आता आवाजावर नाही. ते लक्ष आता आवाजावर मिळणाऱ्या पैशावर आहे, मानसन्मानावर आहे आणि या छोट्या स्तुतीवर आहे." निमा सारं बळ एकवटून बोलली तशा साऱ्या मुली चमकल्या. त्यांच्याकडे बघून निमा कडाडली,

"आणि काय गं? शिष्या नं तुम्ही यांच्या? गाताना तंबोरा घेऊन पाठी बसायचं, ते बेडरूममध्ये शिरलात? काय शिकणार आहात? गाणंच ना?"

त्या शब्दासरशी श्रीकांत ताडकन उठला होता, शर्ट-जाकीट चढवलं आणि बाहेर निघून गेला. पाठोपाठ मुली... कुणीच बोललं नाही, जाता जाता सुजाता म्हणाली,

"पंडितजींचा मूड जपता नाही आला तुम्हाला. आज दुर्गा रागाची आम्ही

सुरुवात करणार होतो.'' झटक्यात मान उडवून सुजाताही मग बाहेर पडली. दोन दिवसांनी श्रीकांत आला. अगदी प्रसन्न हसतमुखानं, जणू काही घडलंच नव्हतं. ते दोन दिवस निमानं स्वत:ला दूषणं देत काढले होते. अलीकडे असं का होतं या घरात? कशाची नाराजी मनात इतकी भरून राहिली आहे? निमालाच समजत नव्हतं. आपलंच काही चुकतंय की काय? अस्वस्थ मनानं ती भिरीभिरी घरातून फिरतच राहिली. आता श्रीकांत आला की त्याच्याशी मनमोकळं वागायचं, मनातलं सारं बोलून मोकळं व्हायचं असं तिनं ठरवून टाकलं होतं.

"अहो..."

ती काही बोलणार, तोच श्रीकांतनं तिला जवळ बसवून घेत म्हटलं,

"हे बघ निमा, या माझ्या शिकवण्या, गाण्यासाठी मला करावे लागणारे दौरे आणि सतत घरातलं हे गाणं, वर्दळ याचा तुला त्रास होतो आहे, हे मला समजत का नाही?"

"तसं नाही हो. मला हे सारं समजतं. पण..." तो बोलणार, तोच श्रीकांत म्हणाला,

"समजू शकतो मी निमा. यावर उपाय म्हणून मी नवीन जागा घेतलीय. वरसोव्याला माझ्या शिकवण्या. मला भेटायला येणारी माणसं हे सारं त्या घरात होईल आणि हे घर फक्त घर राहील."

"अहो पण?" निमाला रडू कोसळलं. "दोन घरं?"

"अगं, मुंबईत हे सर्व करावंच लागतं. जागा लहान, पूर्वीच मोठी जागा घ्यायला हवी होती. पण तेव्हा किती अडचण होती पैशांची!"

"ते दिवस आठवतात तुम्हाला?" निमा असं विचारणार होती तोच श्रीकांत म्हणाला,

"आतासुद्धा अडचण आहेच. सरकार कलावंतांची राहण्याची सोय करतं. काही खास कोटे अशा कलाकारांसाठी राखून ठेवण्याची योजना आहे. त्यातून सहज ही जागा मिळाली मला. तेवढं नाव आहे आपलं आज! वरचे पैसे खाटडियाशेट भरणार आहेत. सुजाताचे वडील?"

"फुकट? त्यांचे उपकार कशासाठी?" निमाला थांबवत श्रीकांत म्हणाला,

"फुकट का? सुजाता गाणं शिकणार नाही का? उलट त्या जागेत ती जास्ती वेळ रियाज करू शकेल."

त्यानंतर निमा काही बोललीच नाही.

"आणि मी घरी येत जाईनच की! हे घर फक्त आपलं दोघांचं, कसं? होम, स्वीट होम."

इतकं बोलून श्रीकांत कुशीवर वळून झोपी गेला. निमानं तो कडू घोट चूपचाप

गिळला. गोड बोलून आपल्याला खड्यासारखं बाजूला वगळलंय हे कुणी न सांगताच निमाला समजलं.

आणि आज... श्रीकांत सारं सामान घेऊन नव्या जागेत गेला पण होता. एक एक करत तंबोरे, तबला, पेटी सारं या घरातून जाताना ती बघत होती. प्रत्येक वस्तूसोबत एक एक आठवण जात येत होती. वस्तू बाहेर गेल्या होत्या पण आठवणी मात्र त्या घराबाहेर जायला तयार नव्हत्या. त्या निमाशी घट्ट जखडून गेल्या होत्या.

एक एक आठवण त्या रिकाम्या घरात बसलेल्या निमाच्या नजरेसमोर उलगडत होती. काल-परवाच तर घडलं होतं सारं. पण काल आणि आज यात किती फरक असतो! कालचा दिवस आजचा दिवस नसतो. कालची माणसं आजच्यासारखी नसतात. कालचा श्रीकांत आणि आजचा श्रीकांत! कालची मी आणि आजची मी! केवढा फरक झालाय!

लग्नासाठी श्रीकांतचं स्थळ सांगून आलं तशी आक्का, निमाची मोठी बहीण आश्चर्यानं म्हणाली होती...

"गाणं गाणारा मुलगा? तो गाणार कधी आणि पोट कसं भरणार? आप्पा, काही नको असलं स्थळ. गाऊन का कुणी पोट भरतात? फार तर गाण्याच्या शिकवण्या करील, नाहीतर रेडिओवर एखादा कार्यक्रम, काय होणार त्यात? एखादा बँकेत वगैरे कायम झालेला मुलगा बघा निमासाठी. पण हे गाण्याचं दरिद्री अवलक्षण नको घरात."

पण आक्कानं नको म्हटलं, तरी निमाची गाठ श्रीकांतशी नियतीनंच बांधली होती. निमालाही हसरा, उमदा श्रीकांत बघताक्षणीच आवडला होता. तो तिला बघायला आला तो प्रसंग, आत्ता चटईवर बसलेल्या निमाला आत्तासुद्धा स्पष्ट आठवला.

बाहेरच्या खोलीत दोन प्रौढ माणसांबरोबर श्रीकांत बसला होता. चहा-पोह्यांच्या बश्या घेऊन खालमानेनं खोलीत येणारी निमा बघताक्षणीच श्रीकांतला आवडली होती. त्याच्या मामांना व दुसऱ्या गृहस्थांना वाकून नमस्कार करून निमा जरा अवघडूनशी बसली. ते बघून मग श्रीकांतचे मामाच हसत म्हणाले,

"आता, मुली, तुझं नाव काय? सैपाक येतो का? शिवण टिपण? असले प्रश्न नाहीतच. आमचा श्रीकांतच गाऊन दाखवेल, काय श्रीकांत?"

यावर निमानं आश्चर्यानं मान वर करून बघितलं, तर श्रीकांत हसऱ्या नजरेनं तिच्याकडे बघत होता. त्या क्षणीच ते लग्न ठरलं.

"कमोदिनी काय जाणे
भ्रमर सकळ भोगीतसे!"

हा अभंग त्यानं सुरू केला. तो मंगलाक्षतांच्या गजरातच संपला. भ्रमरापाठोपाठ मुग्ध कमोदिनी गिरगावमधल्या दोन खोल्यांच्या चाळीत फुलून गेली. अहमदनगरची निमा मुंबईची नवलाई नवलानं निरखू लागली.

तो काळ श्रीकांतच्या मेहनतीचा होता. सारी जिद्द पणाला लावून तो गाणं शिकत होता. नोकरी करत होता. त्याच्या तुटपुंज्या पगारावर निमा आनंदानं संसार करत होती. रोज पहाटे ती जागी व्हायची तीच श्रीकांतच्या गोड आवाजानं. त्याचा रियाज भल्या पहाटे सुरू होई. त्या वेळी निमाच्या अंगावर झोपेचं पांघरूण, डोळ्यांत उद्याचं स्वप्न आणि कानात श्रीकांतचे सूर असत. श्रीकांतला रियाज करण्यासाठी पेटी, तबला, तंबोरे काहीच नव्हते. आप्पांनी लग्नात निमाला पंचवीस तोळे सोनं घातलं होतं. एक एक वस्तू श्रीकांतच्या हाती सोपवून निमानं त्याला पेटी, तंबोरे घ्यायला लावले. श्रीकांतच्या कष्टांना फळ येऊ लागलं. दिवसागणिक येणारे कार्यक्रम, रेडिओसाठी रेकॉर्डिंग, परगावचे गाण्यासाठी होणारे प्रवास, जागरणं यांतून श्रीकांतला नोकरी झेपेना आणि त्या तुटपुंज्या पगारापेक्षा गाण्यांतून तुफान पैसा मिळत होता. रोजच्या वर्तमानपत्रात त्याचा फोटो असे, तर रेडिओवर त्याची गाणी नेहमीच लागलेली असत. येणाऱ्या माणसांचे चाळीतल्या दरिद्री जागेत स्वागत करताना आता श्रीकांतला लाजल्यासारखं व्हायचं.

‘आम्हाला वाटलं की तुमचं घर आलिशान असेल.’ असंही कुणी म्हणायचं. श्रीकांतच्या नावाला साजेशी जागा घेणं आवश्यक होतं. निमाचे उरलेले दागिने आणि साठवलेले पैसे यातूनच ही नवीन जागा घेतली. निमाचं मन गिरगावमधल्या चाळीतच अडकून राहिलं होतं, तर श्रीकांत खारमधल्या नव्या जागेत सुखावला होता. या जागेत राहायला आल्यानंतरच निमाला ते जाणवायला लागलं. जे जाणवत होतं ते नेमकं काय आहे हेपण तिला समजत नव्हतं. घर नव्या वस्तूंनी सजत होतं. नव्या भेटवस्तू, गौरवचिन्हं, सन्मानपदं यांनी घर भरून जात होतं. निमाच्या अंगावर पंचवीसऐवजी चाळीस तोळे चढले होते. कानात हिऱ्याच्या कुड्या झगमगत होत्या; पण गिरगावमध्ये मध्यरात्रीपर्यंत जपून आणलेल्या आठ आण्याच्या मोगरीचा गंध मात्र निमाला परत कधीच भेटला नव्हता. श्रीकांतचा पंडितजी झाला. सुती कपडे जाऊन सिल्कचे कपडे, जाकीट अंगावर चढली. घरचे नाजूक हातांनी धुतलेले कपडे जाऊन कडक इस्त्रीचा, लाँड्रीचा विशिष्ट वास कपड्यांना चिकटला.

अगदी नेमक्या त्याच वेळी ती अनामिक एकटेपणाची भावना निमाच्या मनात घुसली होती. त्या जीवघेण्या एकटेपणानं निमाला पुरता विळखा घातला होता. गिरगाव ते खार या उपनगरांमधलं अंतर जेवढं होतं त्यापेक्षाही जास्ती अंतर ठेवून श्रीकांत आणि निमा त्या घरात राहायला लागले.

सुरुवातीची कार्यक्रमाची आमंत्रणं दोघांनाही येत. श्रीकांत कौतुकानं निमाला म्हणत असे,

"मग, येणार ना इंदोरच्या मैफलीला? चार इंदोरी पातळं घेऊ- जयपूर, उदेपूर, भोपाळ बघून येऊ, कसं?" निमाही आधी हौसेनं जायला तयार व्हायची. पण दोन-चार वेळा गेल्यानंतर निमानं त्या दौऱ्यांचा, कार्यक्रमांचा धसकाच घेतला.

निमाला आठवलं, हो, पुण्यातच कार्यक्रम होता. निमा हौसेनं गेली होती. पुण्याहून दोघांनी चार दिवस नगरला आई-आप्पांकडे राहायला जायचं असं ठरवूनच दोघं पुण्याला जायला निघाले. उतरण्याची व्यवस्था एका छान घरात केली होती. भला मोठा बंगला, गुळगुळीत फरश्या, सळसळणारे पडदे, गालिचे, गोरीगोबरी माणसं. पंगतीला मसालेदार पक्वान्न. पण त्या घरात निमाचं मनच लागेना. गिरगावच्या चाळीत गोदूआक्काच्या घरात जे प्रेमळ स्वागत होई त्यामध्ये असा श्रीमंतीचा दर्प नसे. बोलण्यात खोचकपणा नसे. श्रीकांत हा मधल्या चाळीचा श्रीकांतभाऊ होता. तिथे इथल्यासारखं 'पंडितजी, पंडितजी' करून कुणी पुढं पुढं करत नसे.

"तुम्हाला पंडितजींचा कोणता राग सर्वांत अधिक आवडतो?"

या प्रश्नावर निमा गप्पच.

'एकच राग का? मला संपूर्ण श्रीकांतच आवडतो.' हे कसं सांगणार?

"तुम्ही गाणं का शिकला नाही?"

'मी गाणं शिकत राहिले असते तर हा संसार कुणी सांभाळला असता? हे तंबोरे, पेटी, तबला घरी कसं आलं असतं?'

पण हे ती बोलतच नसे कारण प्रश्न विचारणारे बंगल्यातच जन्मलेले असायचे. गिरगाव ते खार हा प्रवास त्यांनी कधी केलेलाच नसे. त्यांना मग काय सांगणार? निमा मग गप्पच बसे. पण तिला नवल वाटायचं ते श्रीकांतचं. तोही म्हणायचा,

"अहो, तिला आवाज असता तर मीच गाणं शिकवलं नसतं हौसेनं? पण तिथे पाहिजे जातीचे. तिला आवाज असता तर दुसरे कुमारजी व वसुंधरा तयार झाले असते."

"वा वा वा व्वा! केवढी रसिकता ही!"

श्रीकांतची त्या दिवशीची मैफल सुजाता आणि धनूच्या साथीनं रंगली. संपूर्ण स्टेज जुईच्या माळांनी सजवलं होतं. मखमली रुजामे, लोड. धूपाचा वास, श्रीकांतच्या पाठीमागं जांभळ्यागर्द नारायणपेठी नेसून लांबसडक वेणीवर मोगरीचे गजरे माळलेल्या कोवळ्या चेहऱ्याच्या कोवळ्या आवाजाच्या सुजाता आणि धनू! त्यांच्यामध्ये बसून गाणारा, रसिकांनी उचलून धरलेला श्रीकांत पंडित. त्याची अदाकारी, स्वरधून यामधून निमा स्वतःच भोवंडून दूर जात होती. एकटीच! मैफल

संपली, श्रीकांतच्या भोवती माणसांचा गराडा पडला. कुणी सह्या घेत होते. कुणी कौतुकानं बघत होते. कुणी त्यानं निदान एकदा पाहावं म्हणून केव्हाचे उभे होते. कुणी त्याला हात देऊन गाडीत बसवलं. पाठोपाठ सुजाता, धनू. त्याच्याजवळ निमा पोचेपर्यंत गाडी हाललीसुद्धा. कसनुशी झालेली निमा मग काय करावं ते न समजून उभीच राहिली. विजेचा झटका बसावा तशी यजमानीणबाई तिला आपल्या गाडीतून घेऊन घरी आल्या. अहमदनगरला निमा एकटीच गेली. श्रीकांतला त्याचे चाहते महाबळेश्वरला घेऊन गेले.

त्या दिवसानंतर निमानं आपल्याभोवती घराची बंदिस्त चौकट घालून घेतली. शेवटी ते घर तिचं होतं. तिच्या कष्टाचं. तिच्या समर्पणातून उभ्या राहिलेल्या घराची ती राणी होती. या तिच्या सार्वभौम राज्याची ती सम्राज्ञी होती. धनू, सुजाता यांना त्या राज्यात जागा नव्हती. ती एकटीच मग या खोलीतून त्या खोलीत फिरत राही. भिरीभिरी बघत राही. श्रीकांतनं हाक मारली तरी ओ देत नसे. ऐकून न ऐकल्यासारखं करी.

एके दिवशी बाहेरच्या खोलीत सुजाता श्रीकांतला विचारत होती.

"पंडितजी, बाई अशा का हो वागतात अलीकडे?"

"जेलसी दाय नेम इज वुमन! मत्सर बरं मत्सर हा."

हे शब्द विजेच्या जाळासारखे कानांत शिरले. कानशिलं तापली, पण निमा शेल्फवरचे डबे सारखे करतच राहिली.

"आता त्यांना आवाज नाही याला तुम्ही काय करणार? देव तरी बघा कशा जोड्या जमवतो? पुअर पंडितजी, आवाजात दर्द आहे याचं कारण घरातच आहे." सुजाता म्हणाली.

'आवाजातला दर्द? अगं सटव्यांनो, मी जपलं म्हणून हा आवाज टिकला. रात्र रात्रभर दोन खोल्यांतला रियाज ऐकत मी जागलेय. त्याच्या सुरांचे सारे षड्ज, खर्ज, तीव्र, मध्यम मी ओळखते तेवढे कोण ओळखणार?'

पण निमा शांतच राहिली. बाहेरही शांतता झाली आणि आज श्रीकांत नव्या जागेत राहायलाही गेला. त्याची देखभाल करणारे चाहते घराघरांतून होते. निमाला आता कशाचीच काळजी नव्हती. मनावरचं ते सावट निघालं होतं. तिनं दीर्घ श्वास घेतला. उठून पदर खोचला. झाडू हातात घेऊन सारी जळमटं झटकून टाकली. रिकाम्या जागेवर खुर्च्या-टेबल नीट मांडली. बेडरूममध्ये जाऊन चादरी-उश्यांचे अभ्रे बदलले. पारोसे बोळे न्हाणीत फेकले. स्वयंपाकघरात जाऊन खसाखसा भांडी, पेले, कपबश्या आवरल्या. न्हाणीत जाऊन डोकीवरून भराभरा बादल्या ओतून घेऊन ओले केस पाठीवर घेऊनच तिनं देवाजवळची समई पेटवली. रात्रीचे बारा वाजले होते. भूक लागली होती. गॅसवर पातेलं ठेवून पळीनं साजूक तूप आत

सोडलं. रवा भाजायला घेतला. साजूक तुपा-दुधातला गरम सांजा करून ती पोटभर खाणार होती. या घराचं सम्राज्ञीपण एकटीच उपभोगणार होती.

भाजलेल्या रव्याचा खमंग वास सुटला. त्यांत गरम दूध घातल्यावर आधण सळसळायला लागलं. आता साखर घालायला हवी होती. अचानक निमाला आठवण आली—

असा साजूक तुपा-दुधातला सांजा श्रीकांतला खूप आवडायचा. मैफल संपवून थकून घरी आल्यानंतर असा सांजा दिला की श्रीकांत खूश होत असे व त्यानंतर तो शांत झोपून जात असे.

"धनू, सुजाता गाण्यात साथ देतील पण त्यांना असा साजूक शिरा कसा करता येईल?"

या विचारासरशी तिचे हातच थबकले. पातेल्यातून गरम वाफा निघत होत्या. गॅस बंद करून घरची सम्राज्ञी मात्र चटईवर पालथी पडून रडत होती.

◆

बिऱ्हाड

कोंबड्यानं बांग दिली तशी सखू उठली. कोनाड्यातली चिमणी हातात धरून मागच्या खोलीत आली. खोली कसली? कणग्या, पोती यांचा आडोसा करून जो भाग उरला होता, तिथेच चूल मांडली होती. कोपऱ्यात आलमिनची भांडी रात्रीच घासून ठेवली होती. त्याच्याच कडेला पाण्यानं भरलेले हंडे एकावर एक रचून ठेवले होते. चुलीवर लाकडी फळी होती, त्यावर पितळेची लहान-मोठी भांडी पालथी घालून ठेवली होती. तिच्या स्वत:च्या आणि तीन दिरांच्या लग्नात हुंडा म्हणून आलेली ती सारी भांडी, हंडे, पराती, डबे सगळं त्या एवढ्याशा जागेत जिथे तिथे पसरून राहिलं होतं. चार लेकांच्या लग्नात जमलेली ती दौलत होती आणि त्या दौलतीची मालकीण होती बायजाबाई. सखूची सासू. इतकी भांडी, हंडे होते तरी घरात रोज वापरायची ती आलमिनचीच भांडी, असा बायजाबाईचा दंडक.

''व्हय! उगीच आनी म्हनाय नको, माझ्या म्हायेरचा हंडा- माझ्या म्हायेरची परात, तुमची म्हायेरं, चार कोपऱ्यात चार रचून ठेवा. माझी आलमिनची भांडीच वापरायची.''

बायजाबाई ठणकून बोलली की चारी सुना गप्प बसायच्या. सुनाच का? चारही मुलगेसुद्धा! आईसमोर आवाज कुणीच काढत नसत. त्या घरची रीतच तशी होती. नवऱ्यामागं सारा पसारा बायजानं ओढला होता. मुलं मोठी झाली होती. थोरला शेती करत होता. मधला दूध डेअरीत गावातलं दूध जमा करून घालायचा. तिसरा शेतकरी- संघाच्या धान्याच्या दुकानात कामाला जायचा आणि चौथा सखूचा नवरा तालुक्यातल्या साखर कारखान्यात लागला होता. त्या चौघांत तोच एक शिकलेला होता. बायजानं मोठ्या मिनतवारीनं त्याला साखर कारखान्यात काम मिळवून दिलं

होतं. तो आठ दिवसांतून एक दिवस गावी येत असे.

सखूनं मागचा दरवाजा उघडला. पाण्याचा हंडा ठेवलेली चूल, लाकडं घालून पेटवली. आगीची झळ लागली तशी चुलीशी मुटकुळं करून झोपलेला वाघ्या कुत्रा बाजूला झाला. सखूकडे बघून शेपटी हलवायला लागला.

''द्वाड कुठलं! सक्काळपुढं काय दिऊ तुला?'' तिच्या पावलाच्या आवाजानं टोपलीखालच्या कोंबड्या क्लॅक क्लॅक करत टोपली हलवायला लागल्या. त्यांच्याकडे लक्ष न देता सखूनं मिश्री लावायला सुरुवात केली. तिची नजर कुंपणावर चढलेल्या भोपळ्याच्या वेलाकडे गेली. दोन मोठे भोपळे लगडले होते. कुंपणाचा आधार होता म्हणून बरं... नाहीतर वेल जमिनीवर आडवाच झाला असता. सखूनं हौसेनं बी रोवलं होतं. वेल तरारून उभा राहिला होता.

''जाताना घारग्या करून न्याव्यात. त्येस्नी लई आवडत्यात.''

सखूच्या मनात आलं, खरंच की! आता उद्या रामा येईल. बिऱ्हाड बांधून तयार ऱ्हा म्हणून सांगून गेला होता. तिकडे साखर कारखान्यावर आता हंगाम सुरू होणार. रात्रंदिवस ऊस गाळण्याची कामं! रामाला रात्रपाळी, दिवसपाळी, सारा वेळ कामच काम असणार होतं. जेवणाचे हाल होणार होते या सबबीवर सखूला घेऊन कारखान्यावरच बिऱ्हाड करायचं रामानं ठरवलं होतं. सखूनंच त्याच्यामागं गेल्या वर्षापासून लकडा लावला होता. त्या घरात कामाच्या रगाड्यानं तिचा जीव उबून गेला होता. पहाटेपासनं काम सुरू व्हायचं. चौघी जावा होत्या तरी काम संपत नव्हतं. तिघी थोरल्या जावा आणि सासू या चौघींच्या नजरेच्या धाकात दिवसरात्र राबायचं!

सखूनं चूळ भरली. तोंडावर सपासप पाणी मारून घेतलं. पदरानं तोंड खसाखसा पुसून घेतलं. ती आत आली. कणगीचा आडोसा करून भिंतीकडे तिचं अंथरूण होतं. कांबळं आणि त्यावरची चौघडी. अंगावर पांघरायची वाकळ! तिनं घडी करायला घेतली. लग्न होऊन या घरात आली तशी हीच तिची झोपायची जागा होती... इथे? इथे झोपायचं? लाजेनं तीच आतल्या आत मरून गेली होती. तिच्या बाबांचं घर मोठं नव्हतं; पण निदान झोपण्याची जागा... प्रत्येकाची वेगळी, स्वतंत्र होती. भाऊ-भावजया रात्री खोलीची दारं लावून घेत आणि सखू आईच्या वाकळीत शिरून बिलगून झोपत असे. एकुलती एक लाडाची लेक होती ती!

''तसं त्यांचं घर लहानच हाय. पण चौघं जण वाघावानी राबणारे गडी हाईत घरात. हां हां म्हणता माडी बांधून काढलीत म्हणा की.''

तिचा बाबा सखूचं सासरघर बघून आल्यावर सांगत आला होता. 'पोरगा मात्र लई हुरपी हं का! आमची सखूबाई रानीगत ऱ्हाईल.' बाबा कौतुकानं बोलला होता.

'रानी म्हनं रानी!' वाकळ झटकत सखू मनाशी पुटपुटली.

'लगीन ठरताना, समदीच गोड बोलत्यात, नंतर रानीची मोलकरीन कवा हुती समजतबी न्हाई.' सखूला कामाचा रगाडा आठवला. कणगीवर अंथरुणाची घडी ठेवून ती आत आली. थोरलीनं चूल पेटवून चहाचं आधण चढवलं होतं. मधली गोठ्यात होती. धाकटी केरवारे करून उंबरठा पूजत होती. बायजाक्का मागच्या दाराला गुळण्या देऊन तोंड धूत होती. थोरला, मधला दीर चहाची वाट बघत होते. आता चहा पिऊन झाला की त्यांच्या अंघोळीची झुंबड उडणार होती. सखूनं गडबडीनं कळशी उचलली आणि झपाझप नदीकडे निघाली. कंबरेवर आणि डोकीवर रिकाम्या कळश्या घेऊन ती चालली होती. सगळी सकाळ पाणी भरण्यातच सरायची. तिनं थंड पाण्याच्या कळश्या आणून ओतायच्या आणि सर्वांनी त्या कळश्या भडाभड डोकीवर ओतून घेऊन अंघोळी उरकायच्या. सासू, दीर, जावा, पोरं सर्वांच्या अंघोळी झाल्या की मग शेवटची खेप स्वत:साठी. तोवर पहाटे पेटवलेली चूल आणि त्यावरच्या हंड्यातलं पाणी थंडगार झालेलं असायचं. या घरात आल्यापासनं कधी गरम पाणी अंगाला लागलंच नव्हतं.

'कारखान्यावर राहायला गेली की समदी हौस भागवून घे.'

रामाचे शब्द आठवले. ती हरकली. खरंच की, आता सगळं चित्रच बदलणार होतं. आता हे सकाळभर पाणी भरणं, दुपारभर धुणी बडवणं, संध्याकाळी निवडणं, टिपणं सगळं एकदा संपणार होतं. तिला हे गाव, ते घर दिवसभर राबणं काहीच आवडलं नव्हतं.

बाबांचं गाव लहानसंच, घर टुमदार, गावात नळ, शाळा सगळं होतं. बाबानं हौसेनं सातवीपर्यंत शिकवलं होतं. शाळा किती छान होती. रोज फुलाफुलांच्या चित्राचं गोल छापील पातळ नेसून येणाऱ्या बाई किती आवडायच्या!

"मुलींनो, मोठ्या व्हा. नुसतं भांडी, धुणं, सारवणं असलं जगू नका. वाचावं, दिवसातनं काहीतरी वाचत चला." सखू घरी येऊन बाबांच्या पाठीमागं लकडा लावायची.

"बाबा, पेपर आन की!"

बाबा मग सखूला हौसेनं पंचायतीतून पेपर आणून द्यायचा. कौतुकानं म्हणायचा,

"हं. वाचा सखूबाई, काय म्हनती इंदिरामाय?" सखूपण प्रत्येक ओळीवर एक एक बोट ठेवून वाचत जायची. आई-बाबा हरकून जाऊन लेकीचं श्यानपन ऐकायचे.

सखू आता नदीवर पोचली होती. कळशी पाण्यानं भरता भरता बुडूक बुड्डुक असा आवाज येत होता. सखूचं सैरभैर मन आज असंच आठवणींनी भरून येत होतं.

ती कळशी बाबानं आहेरात दिली होती. सात भांडी, दोन हंडे, दोन कळश्या,

सव्वा तोळ्याची चेन, घड्याळ, पेराव, गंठन...

"हं!"

सखूनं मानेला झटका दिला आणि एक कळशी डोईवर, दुसरी कंबरेवर घेतली. कळशीतलं पाणी हिंदकळत होतं... तसं सखूचं मन!

बाबानं आहेराची यादी सांगितली तशी सखू संतापली होती.

"बाबा, हुंडाबंदी हाय न्हवं? बाईंनी सर्वांनाच सांगितलंय हुंडा एवढा द्यायचा न्हाई. हुंडा मागणारा नवरा आला तर लग्नाला तयार होऊ नका. बाबा, तू कुठनं एवढे पैशे आननार?"

बाबाला बिलगत सखू म्हणाली होती.

"पोरी, त्ये श्यानपन बुकात आनी भाषणातच ऐकायचं असतया. तुज्या मास्तरनीला इच्चार तिच्या लग्नात तिच्या नवऱ्यानं काय काय मागितलं?"

तिला ममतेनं कुरवाळत बाबा म्हनाला,

"पोरी, रीतभात कुनाला चुकली व्हय? मोट्ठं घरानं, चांगला शिकलेला पगारदार नवरा मुलगा मिळवायचा तर तसा खरच बी कराय नको? आनी ज्ये देतोय ते तुज्या संसारालाच न्हवं? मोठ्ठी श्यानी लेक माजी!"

"माझ्या संसाराला म्हनं!" सखूचा पाय खड्यावरनं घसरला, तसं कळशीतलं पाणी हिंदकळून अंगावर पडलं. छातीवरचा पदर भिजला. तालमीच्या कट्ट्यावर तालीम संपवून पोरं बसली होती. सखूकडे बघून ती खाकरली. कुणीतरी खोकललं.

"द्वाड मेले! सकाळपासून रिकाम्या डोकीची बसत्यात गावच्या पोरीस्नी टेहळत."

सखूनं पायाखालचा खडा लाथेनं उडवला. आता परवाला जायचं! तर माज्या सौसाराला घरातनं काय काय देनार आहेत मामीसाब? निदान माझ्या बाबानं दिलेली भांडी तरी देतीलच की! ती ठेवून घेऊन काय करणार? आज रामा येईल. बघू या."

सखू भराभर पाणी ओतत होती. दुपारी चौघी जावा जेवायला बसल्या.

"आज धाकट्या बाईला अन्न गोड कुठलं लागायला?" थोरलीनं टोचलं.

"तर गं बया- आता कारकान्यावर राजारानी ऱ्हानार. शिरा काय! पुरी काय!" मधलीनं सूर ओढला.

"कधी कधी येवा म्हंजे झालं. आता पाण्याची कळशी येनार माझ्या डोस्कीवर." तिसरीनं री ओढली.

सखू काहीच न बोलता खाली मान घालून जेवत होती. त्या तिघी जावा सतत असंच बोलत असायच्या. आधी आधी सखूला खूप रडू यायचं. पण आता तिला काहीच वाटायचं नाही. आता तर ती त्या घरातून जाणारच होती.

"आता काय साकर कारकान्यावर शिनेमा काय, नाटक काय, सारं रान मोकळंच म्हना की!" मधलीनं विषय सुरूच ठेवला.

"तर जोडीनं बागत फिरायला जायचं, शहरगाव जवळच हाय. आठवड्याला तिथे जातील की."

"आता धाकलं दाजी वर्सातनं एकदा गावाकडे आले तरी लई झालं." तिसरी खरकट्या भांड्यांचा पसारा आवरत म्हणाली.

सखू पण धुण्याची पाटी घेऊन नदीकडे निघाली. गर्दी कमी होती. तिनं कडेचा दगड बघून त्यावर कपडे धुवायला सुरुवात केली. ढोपरापर्यंत पाण्यात उभी राहून खसाखसा कपड्यांना साबण लावत होती. रोज असं तास-दोन तास पाण्यात उभं राहून तिचे पाय फुगून येत. उद्यापासून संपलं एकदा सगळं! तिथे नळ आहेत असं रामा सांगायचा. हेच गाव असं गावढं कसं? असेना का! आता इथे कुठे राहायचं आहे?

'साकर कारकाना कसा असल? केवढा मोट्ठा? लई मानसं काम करत्यात. लई मानसं ऱ्हात्यात म्हनं? साळा, दवाखाना, वाचायला पुस्तकं, घरासमोर नळ.'

कपडे धुता धुता सखूला रामानं सांगितलेलं सारं वर्णन आठवत होतं. मनातनं ती हरकून गेली होती. शाळेत जात होती तेव्हापासून तिच्या नजरेसमोर नेहमी एक वेगळं जग असायचं. बाई कविता शिकवायच्या,

'हिरवे हिरवे गार गालिचे...'

ती ऐकता ऐकता तीच फुलराणी बनायची.

'आनंदी आनंद गडे...'

या ओळी बाई गाऊन दाखवायच्या, त्या वेळी तिचं इवलंसं मन आनंदानं भरून जायचं.

'नववधू प्रिया मी बावरते...'

या कविता धड्यात नव्हत्या, पण चित्रेबाई मुलींना वेळ मिळेल तेव्हा ऐकवायच्या, शिकवायच्या.

'मुलींनो, छान जगा. मिळेल तेवढा आनंद गोळा करा. दावणीतल्या जनावरासारखं गोठ्यात जगू नका.'

सखूला बाईचं बोलणं खूप आवडायचं. आजपण आठवत होतं. लग्न होऊन ती या घरात आली, तोवर ते बोलणं, शिकवणं तिला सारखं आठवायचं आणि हा असा संसार! दिवसरात्र राबायचं, कामाचं जू मानेवर घ्यायचं? ती उदासली होती. रामा आठ दिवसातनं यायचा. आला की अर्धा वेळ आईच्या समोर, उरलेला अर्धा वेळ गावातनं फिरण्यात जायचा. रात्री काही बोलावं, विचारावं तर पलीकडे कणगीच्या बाजूला थोरली जाऊ झोपलेली. अधल्या आखणात तिसरीचा बिस्तरा. जरा मोठ्यानं बोललं तर सरळ त्यांनी ऐकावं. लग्न झाल्यापासून कधी म्हणून रामाशी बोलता आलं नव्हतं. लग्न झाल्यावर जोडीनं जोतिबाला पाया पडायला

निघाले तेव्हा पण थोरला दीर व जाऊ सोबत. तो डोंगर, खालच्या दऱ्या सगळं बघून तिला आठवलं 'हिरवे हिरवे गार गालिचे.' रामाला सांगावं का? पण तो थोरल्या दिराबरोबर चालत होता. मग सखूच ते सौंदर्य नजरेत साठवत राहिली. आता संपलं सारं! आता मनमोकळं हसता येईल, बोलता येईल- रोज पेपर वाचायचा. घर कसं स्वच्छ ठेवायचं. गरम गरम भाकरी रोज रामाच्या पोटात जायला हवी.

तिचं मन स्वप्नात रमलं होतं. लहानपणापासूनची सारी स्वप्नं तिच्यासभोवती फिरत होती. विचाराच्या भरात सखूचा हात झपाझप कामावरून फिरत होता. रामा आला. बायजाक्काशी बोलत बसला, तरी ती स्वत:च्याच तंद्रीत वावरत होती.

रात्री घोंगड्यावर अंग टाकलं. बाहेरच्या सोप्यात बायजाक्का रामाला सांगत होती,

''हे बघ रामा, सुनेला घेऊन जाणार तर जा. आजवर या खराड्याच्या घरात असं येगळं बिऱ्हाड कुणी केलं नव्हतं. आता तुझ्या भाकरतुकड्याची आबाळ होते म्हंतोस तर जा म्हनं, पण या घरातली भांडीकुंडी कायच मिळनार नाहीत.''

क्षणभर शांतता पसरली. थोड्या वेळानं बायजाक्काच बोलायला लागली,

''आता तू चार भांडी न्हेशील, परवा दुसरा वेगळा ऱ्हाईल. त्याला चार भांडी द्याया नगत? असं करत बापाचं घर रिक्कामं करून ठेवचीला. घर वाढवायचं का संपवायचं?''

''पण आई, तिच्या म्हायेरास्नं दिलीत तेवढी तरी दे. आता एवढा खरच कुटनं करू? मिळनार काय, खरचनार काय?'' रामा म्हणाला.

''आणि बरं झालं आटवन केलीस. दर महिन्याला घरच्या शेतीच्या खरचाला पन्नास रुपये लावून देत जा. राबायचं म्या आन् हकदार तुमी?'' थोरला गुरगुरला.

ते ऐकून सखूनं कानावरनं वाकळ ओढली. आजवर रामा सगळा पगार आईच्या हाती आणून देत होता. पगारदार नवरा म्हणून जावा चिडवायच्या; पण रामानं कधी हौसेनं पोलक्याचं कापडही आणलं नव्हतं. झोपायला आलेला रामा रागातच होता. उद्या तीनच्या बसनं निघायचं एवढंच सखूनं ऐकलं.

बसमध्ये बसलेली सखू हिरमुसली होती. रामा गप्पच होता. थोरल्या जावेनं पीठ, तिखट, तांदूळ बांधून दिलेली बोचकी स्वत:च्या पांढऱ्या पिशवीत कोंबली होती. तिची लहानशी ट्रंक सीटखाली ठेवली होती. सखू, रामा निघताना सारी गल्ली गोळा झाली होती. कौतुकाऐवजी उपहासच जाणवत होता.

''सणासुदीला घरी या. आई-वडलांचं घर इसरू नका.''

प्रत्येकाची भाषा वेगळी पण सूर एकच. 'असं का?' सखूला प्रश्न पडला होता. तिनं रामाकडे बघितलं. तो मख्खपणानं समोर बघत होता. सखूनं त्याला ढोपरानं

डिवचलं, 'अहो.' रामानं जळजळीत नजरेनं तिच्याकडे बघितलं.

"घरची रीत चार मैलावरच इसरलीस? गाडीत गावची मानसं हाईत."

सखू वरमली.

साखर कारखान्याच्या फाट्यावर बस थांबली. रामानं ट्रंक उचलली. सखूनं पिशवी घेतली. वाकताना तिचा पदर जरा मागं सरकला. दिसायला नाकी-डोळी नीटस होती ती. रामाच्या मागून चालत होती. मधेच मागं वळून रामा म्हणाला,

"डोस्कीवरचा पदर नीट घ्या. इथे चार गावची धा मानसं. वाईट नजरेची असत्यात. नीट ऱ्हावा म्हंजे झालं. नाहीतर सुटाल मोकाट!"

सखूला वाटलं रामा नव्हे बायजाक्काच बोलतेय. कारखान्याचं आवार मोठ्ठं होतं. ट्रक, बैलगाड्या उभ्या होत्या. माणसंच माणसं इथे पसरली होती. एक आंबूस, उग्र वास वातावरणात भरून राहिला होता.

रामा एका पत्र्याच्या दाराचं कुलूप काढत होता. तांबड्या पत्र्याची घरं, खुराड्यासारखी एका ओळीत उभी. सर्वांना एकच व्हरांडा होता आणि सर्वांचे दरवाजे लागून लागून होते. रामाचं बिऱ्हाड आलं तसे शेजारीपाजारी डोकावले. संध्याकाळची वेळ होती. तरी मुलं, बाया दारातनं माना काढून बघायला लागल्या.

"काय रामराव, बिऱ्हाड आलं म्हना की!" एक लुंगी नेसलेला काळा, लाल डोळ्यांचा माणूस सखूचं निरीक्षण करत बोलला. सखू घरात शिरली. दोन लहान खोल्या. वर पत्र्याचं छप्पर. तिनं मागचं दार उघडलं. चार चार घरात एक न्हाणी आणि नळ होता. तिनं पलीकडे नजर टाकली. तशीच चाळ. तिची मागची बाजू न्हाण्या, नळ होते. दोन्ही चाळीचं पाणी वाहून वाहून मधे दलदल झाली होती.

स्वयंपाकघरात एक स्टोव्ह आणि दोन जळकी भांडी, एक कपबशी, बस्स! इतकीच रामाची संसाराची तयारी! सखूनं केवढी स्वप्नं बाळगली होती. तिला हुंदका फुटणार, तोवर शेजारीण आली. सखूला म्हणाली,

"चला, गरम गरम चहा केला तो घ्या. जेवणही तिथेच घ्या."

"भाकरी बांधून आणलीय." सखू तिच्यामागं जात पुटपुटली.

शेजारचं घर सखूच्या घरासारखंच होतं. कॅलेंडरं पत्र्याला चिकटवली होती. एक खाटलं कोपऱ्यात होतं. पाळण्यात लहान मूल झोपलं होतं. स्वयंपाकघरात पाट घालून तिच्यासमोर चहाचा कप ठेवत म्हणाली,

"घ्या."

"इथे आवडतं तुम्हाला?" सखूनं विचारलं.

"आवडायचं काय? सारा दिवस कामात सरतो. पुरुषमाणसांच्या कामाच्या पाळ्या, चार बिऱ्हाडात एक न्हाणी. अंघोळी, धुणं सारं न्हाणी मोकळी होईल तशी करून घ्यायची."

“तुम्ही बाहेर कुठे जात नाही?”

“बाहेर?” शेजारीण म्हणाली, “धा गावची, मानसं इथे. कुनाचा भरवसा द्यायचा? आणि आपली घराची पुरुषमाणसं. ती कुठेही राहिली तरी त्यांचा स्वभाव बदलणार होय? बायामाणसांनी घरातच राहायचं. इथे आणलं तोच उपकार मानायचं?”

“मग दुकानावर भाजीपाला आणायला तुमी जात नाही?” सखूनं विचारलं. खिन्न हसून शेजारीण म्हणाली,

“लई भाबड्या हाईसा. आता राहायचं या दोन आखणी खुराड्यातच. विसावा म्हणून एकमेकींशी बोलायचं. पलीकडच्या घरातली सुमन तर तालेवारची लेक आहे म्हनं. बोलत न्हाई. सारा दीस दरवाजा बंद. कामापुरतं दार उघडणार. नवऱ्याचा कायदाच कडक!”

‘आपला नवरा तसा नाही.’ सखू मनात म्हणाली. पाट उचलून ठेवून, कपबशी धुऊन ती स्वत:च्या बिऱ्हाडात जाऊ लागली. तिला कुंकू लावत शेजारीण म्हणाली,

“काही लागलंसवरलं तर हाक मारा हं.” सखू मागच्या दारानं तिच्या बिऱ्हाडात आली. बाहेरच्या खोलीतलं दृश्य बघून पायाखालची भुई हादरतेय असं तिला झालं.

मधे बाटली आणि दोन ग्लास घेऊन रामा आणि तो लुंगीवाला बसले होते. एका बशीत खारं ठेवलं होतं.

आपला नवरा दारू पितो? आणि गावात कसा साळसूद असतोय?

सखूच्या पायाखालची जमीन क्षणभर हादरली. बाहेरचं बोलणं ऐकू येत होतं.

“रामराव बिऱ्हाड आनलं त्ये लई बेस केलंसा. कुटुंब हुरुपी दिसतंया. सात बुकं शिकलेलं हाय म्हनताय. धेनात ठेवा. हिथं बावचळून जातील. शिवन केंद्र... रातीची शाळा... महिला उद्योग... लई भानगडी हाईत हिथं. कुठे जायचं नाही म्हणून आत्ताच सांगून ठेवा. मराठ्याची बाईल. चार भिंतींच्या आतच राहायला पाहिजेल. उंबऱ्याच्या आतच बाईमानूस सोभून दिसतंया. कसं म्हंता?”

तो लुंगीवाला बोलत होता. त्याची जीभ जड झाली होती. आतमध्ये सखू थरकून ऐकत होती.

“आवो रामराव, ती केंद्र, शाळा, उद्योग, समदी सायबलोकांच्या बायांची खुळं. या बामनाच्या बाया आमच्या बायास्नी सुधारनार म्हनं. सुधारनार का बिगडवनार? आणि घरच्या बायांनी सुधारलं तर आमी जायचं कुटं?”

त्यानं रामाच्या हातावर टाळी दिली.

“व्हय. खरंच की ते.” रामा म्हणाला, “बिऱ्हाड आनलं ते भाकरीची सोय हुन्यासाठी?”

“निस्ती भाकरीची का? समदीच सोय म्हना की!” तो म्हणाला.

"तर वो. ते रिक्कामे धंदे आनी कुटं घरात घेऊ वो? नसता घोर! पायातली व्हान पायातच बरी. मी उद्याच ताकीत देतो. उद्या कशापायी, आत्ताच बोलिवतो. सखूऽऽ भाईर ये.''

पण सखू मट्दिशी खाली बसली होती. तिच्या नजरेसमोरून नदी, पाणवठा, शेणगोठा गरगर फिरत होता. तिथे निदान गार हवा तरी अंगाला लागत होती. इथे...

या टिनपाटी बिऱ्हाडात...

फुलराणीनं पंख मिटून घेतले होते...

हिरवे गालिचे दूर गेले होते...

बिऱ्हाडाची हौस मावळली होती...

◆

थोरली

तुकादानं दरवाजाला तोरण आणून बांधलं, तेव्हा कुठे शांताक्काचा जीव थाऱ्याला लागला. काही ना काही कारण काढून, ती दोन-तीन वेळा अंगणात येरझारा घालून आली. एकदा डोळे भरून, तोरणानं सजलेला दरवाजा बघावा, असं मनात कितीतरी वेळा येऊन गेलं पण तिला माहिती होतं की समोरच्या घरातल्या शेजारणीपाजारणी तिच्या बाहेर येण्याची वाट बघत होत्या.

''रिकामटेकड्या मैना! साळसूदपणानं पोटातलं काढून घ्यायची सवयच हाय. जल्माची.''

मनाशी पुटपुटत शांताक्का काम करत होती. तीनसांज व्हायला आली होती. उद्या या वेळेपर्यंत लगीन लावून रामा घरी येईल आणि घरातला कामाचा रगाडा तर आटोपत नव्हता. दामुअण्णाच्या दुकानातून आणलेली डाळ, गूळ भराभरा फडताळावरच्या पत्र्याच्या डब्यात भरून ठेवून, कोंबड्या झाकायला ती परसदारी गेली.

''आ-आ-आ''

ती कोंबड्यांना कण्या घालून बोलावू लागली. एक एक कोंबडी, तुरुतुरु येऊन दाणे टिपत होती आणि शांताक्का एकएकीला धरून टोपलीखाली सारत होती. शांताक्काचा आवाज ऐकताच कोंबड्या जमाव्या तशी शेजारणी, शांताक्काच्या परसदाराच्या दगडी गडग्याजवळ जमू लागल्या. शांताक्कानं लक्ष दिलं नाही तरी त्या बायकांत हळबाची म्हातारी, सुताराची मैना, आक्की, चंद्री या सर्व असणार हे तिला माहीत होतं. ती भराभरा कोंबड्या डालत होती.

''व्हय गं शांताक्का? उद्याच लगीन न्हवं रामाचं.''

हळबाची म्हातारी दाताला मिसरी लावत म्हणाली,

"व्हय."

काळ्या कोंबडीला टोपलीखाली घालत शांताक्का पांढरीच्या पाठीमागं धावली.

"मग तू जाणार असशील न्हवं? तू जानार तर जा म्हनं, आमी घरचं बगतो."

शांताक्कानं उत्तर दिलं नाही. तशी मैना म्हणाली, "तुजं तरी इपरितच बोलनं आज्जे! आता रामादाच्या लगनाला शांतावहिनी कशी जाईल? रामादा न्हवरा हाय तिचा. आपल्या सोताच्या हातानं नवऱ्याला दुसऱ्या कुनाच्या बायकूच्या सोधीन करताना जीव जड हुनारच! हिचाबी आनी रामदाचाबी!"

"खरी भादरीन हं का! आता धाकटी बाई घरात नांदनार. शांताक्काबी त्याच घरात. लई अवघाड काम. पन शांताक्काचं मनच मोट्टं."

आक्कीच्या सुरात सूर मिसळत म्हातारी म्हणाली.

"यल्लूबाई एक पोर घालू दे धाकटीच्या वटीत. शांतीच्या कष्टाला फळ येऊ दे गं आई."

शांताक्कानं काहीच उत्तर दिलं नाही. कोंबड्या डालून झाल्यावर तिनं दगडी गडग्याजवळचा बांबू आडवा लावला आणि ती घरात जायला वळली. एक एक करत शेजारणी पांगल्या. तशी शांताक्कानं मागचा दरवाजा लावून घेतला. चुलीवरची गरम पाण्याची तपेली पुढच्या अंगणात नेऊन ठेवली. आत येता येता दरवाजावर झुलणारं तोरण नजरेनं न्याहाळलं. बाहेरच्या रस्त्यावरच्या दिव्यांच्या उजेडात त्यावरची बेगड चकाकत. मधोमध लोंबणाऱ्या चकचकीत नारळावरचा गणेशदेव हासत होता. वाऱ्यानं झिरमिळ्या हालत होत्या.

कितीतरी वर्षानं का? तिच्या लग्नानंतर प्रथमच या घराचा दरवाजा तोरण बांधून असा सजला होता. शांताक्कानं या घरात येताना किती स्वप्नं रंगवली होती. जर पोटाला पोरं झाली असती, तर एव्हाना लग्नाची पोरं या दरवाजातून आत-बाहेर ये-जा करत असती; पण तसं काहीच घडलं नव्हतं. शांताक्काची ओटी भरलीच नाही. दरवाजा सुनाच राहिला होता. सर्वच गोष्टी शांताक्काच्या मनाविरुद्ध घडत गेल्या होत्या. शांताक्काच्या घराला लागूनच थोरल्या दिराचं घर होतं.

त्या घराकडे शांताक्काची नजर गेली. बंद दरवाजाच्या आत आज केवढी आग पेटली असेल याची कल्पना शांताक्काला होती.

"हं, आता बस. हात चोळत, माज्या घरावर, शेतीवाडीवर नजर ठेवून बसलाय कवापासून. आमा दोगांच्या मरनावर टपूनच बसलाय. आमी म्येलो की समदं ह्येच्या घशात आपसूकच जानार. वाट बघ आता. उद्या या घरात शेवंता येईल. पोराबाळानं तिची कूस उजवेल. या घराचं नाव सांगनारे पोरगे हुतील. रामचंद्र जाधवाचा पोर!"

विचाराच्या भरात शांताक्का दरवाजा उघडाच ठेवून घरात आली. चुलीतला

जाळ चढवून तिनं पाण्याचं आधण चढवलं. आज रामासाठी शेवयांची खीर करायची असं तिनं ठरवलं होतं. खीर-चपाती त्याला आवडायची. चपात्या मघाशीच झाल्या होत्या. एका ताटात ती शेवया चुरत होती. भाकरीसारख्या गोल शेवयांची उतरंड तिनं पत्र्याच्या डब्यात हारीनं लावून ठेवली होती. यंदा रामाचं लगीन लावून द्यायचंच हे तिनं गेले वर्षभर स्वत:च्या मनाला बजावून ठेवलं होतं. पाठी लागून लागून रामाला पटवून दिलं होतं. यंदा शेवया, सालपापड्या, सांडगे तिनं जास्तीचे करून ठेवले होते.

"शांता, अगं दोन जीवांचा सौसार... आनी ह्ये डबं भरून भरून सांडगं कशापायी गं?"

...पण ...शेजारणींना तिनं मनातलं सांगितलंच नव्हतं.

"व्हय. उगीच गावगलबला झाला तर रामा आनी बिथरायचा. मिन्नतवारीनं दुसऱ्या घरोब्याला तयार झालाय."

शेवंताला बघून शांताक्का लगीन ठरवून आली तरी या कानाचं त्या कानाला तिनं कळू दिलं नव्हतं आणि आता लग्नाचा दिवस उद्यावर येऊन टेकला होता. आता रामाचं लगीन होणारच होतं. गेल्या आठवड्यातच अळगवाडीला जाऊन शेवंताची लुगडी, कुडी, बुगडी, जोडवी, वेढनी सारं स्वत: देऊन आली होती. उद्या पहाटे रामा, त्याच्या दोस्तांसह अळगवाडीला जाऊन लगीन लावून यावेळचा घरी परतणार होता.

उद्या? उद्या येणारा रामा, शेवंतीचा असणार होता. या विचारानं, चुलीसमोर बसलेल्या शांताक्काच्या पोटात खड्डा पडल्यासारखं झालं. घशात अवंढा दाटून आला. समोरच्या ताटातल्या चुरलेल्या शेवयांबरोबर डोळ्यातलं खारं पाणी टपटपायला लागलं तशी ती भानावर आली. आजवर रामाचं लगीन लावून द्यायचं या एकाच विचारानं ती भारलेली होती. या घरात रामाचं पोर यायला हवं होतं. जे काम देवानं तिच्या हातून घडवलं नव्हतं, पण ती शेवंताला या घरात आणून पुरं करणार होती. शेवंताच्या पोटचा का असेना, पण रामाचा वंश टिकवणार होती. मग त्यासाठी स्वत:च्या मनावर कितीही ओझं आलं तरी सोसण्याची तयारी तिनं केली होती. कित्येक दिवस ती मनाशी झगडत होती, समजावत होती आणि अखेर तो दिवस उद्यावर येऊन ठेपला होता. शांताक्काचं मन भरून आलं. चुलीवरच्या सळसळत्या आधणात तिनं ताटामधल्या शेवया सोडल्या. चुलीचा जाळ कमी केला.

रामाच्या येण्याची वेळ झाली होती.

रामा! रामाची आठवण मनातून दाटून आली होती. समजायला लागायच्या आतच रामाबरोबर लगीन लावून या घरात ती आली होती. बारा वर्षं कशी सरली ते तिला समजलंच नव्हतं. कसं समजावं? रामानं, रामाच्या प्रेमानं तिचं जीवन

शिगोशीग भरून गेलं होतं. फक्त तिची कूस उजवली नव्हती. इतके नवससायास, उपास करून वायाच गेले होते. पण तेवढंच रामाचं तिच्यावरचं प्रेम जास्ती वाढतच गेलं होतं. शांताक्काशिवाय त्याला कुणी नव्हतंच.

'आनी मला तरी कोन हाय?

जलाम् दिलेले आईबाप कुठच्या कुठे गेले.

आता जगनं आनी मरनं ह्यांच्याच सावलीत.

पन् आता शेवंता येनार. जिवंत सवत घरात.

सोताच्या हातानं आनभूया खरं... पन् घरधनी तिच्यातच गुंतले तर?

नुसतं पोरंच हुनार न्हाई तर...

तर पोरापाठून मायाबी या घरात येणार

शेवटी म्याच एकटी झाली तर?...'

या विचारानं शांताक्का अस्वस्थ झाली. भराभर हातातल्या पळीनं ती आधण ढवळत होती.

आपला घरधनी आपल्याला परका होणार?

शेवंता आज गोड आहे.

पोरं झाल्यावर बदलली तर?

पण हा विचार शांताक्कानं मनातून दूर झटकला. आधणात दूध घातलं. पातेलं निखाऱ्यावर ठेवलं. वरून साखर घातली आणि झाकण ठेवलं. असंच होणार होतं. रामा, शांताक्काच्या उसळत्या प्रेमात शेवंताच्या रूपानं दुधाची पखरण पसरणार होती. एखादं पोर अंगणात खेळलं की सारं गोड होणार होतं—

मनात येणारे वाईट विचार शांताक्कानं दूर सारले. देवाजवळ समई पेटवली. देवीच्या आणि स्वत:च्या कपाळावर कुंकवाचं बोट टेकवलं.

तेवढ्यात दारात ठेवलेल्या गरम पाण्याच्या तपेलीतल्या पाण्यानं पाय धुऊन रामा स्वयंपाकघरातल्या पाटावर येऊन बसला. आज तो गप्प होता. रोजच्यासारखं मोकळं हासत नव्हता. बाहेरच्या गमती सांगत नव्हता. ताटात वाढलेलं मुकाट जेवून, अंथरुणावर जाऊन पडला. शांताक्कानं झाकपाक केली.

शेवटची रात्र!

उद्यापासून या अंथरुणावर तिचा हक्क असणार नव्हता.

स्वत:हून तिनं शेवंताला घरी आणायचा घाट घातला होता.

कसं होणार आपलं?

तिच्या देखत रामाशी कसं बोलायचं?

त्यानं थोपटल्याशिवाय नीज लागत नाही.

एरवाळी उठताना रामाच्या अंगावरची वाकळ सारखी घालावी लागती.

शेतात काम करून तापलेल्या तळव्यांना, डोईला तेल लावून घ्येयची सवय हाय त्येन्ला.

आता हे समदं करायचं का आपून?

उद्यापासून या आपल्या नवऱ्याशी कसं वागायचं?

शांताक्काच्या पावलांचा आवाज आला, तशी रामानं वाकळीत तोंड खुपसलं. त्याच्या अंगावरून मायेनं हात फिरवत मऊसूत आवाजात शांताक्का म्हणाली,

"लवकर नीज आली का राग आला?" रामा एकदम उठून बसला. त्याचे डोळे गुंजेसारखे लाल झाले होते. तो म्हणाला,

"शांते, उगीच ह्यो लग्नाचा घोळ घातलास बघ! नसता तिढा आला का न्हाय? पोरासाठी दुसऱ्या लग्नाची गळ घातलीस खरं, घरात येणारी बाई... माणूसच हाय न्हवं? तिचा जीव नुस्ता पोरात गुतनार न्हाई. माझ्यात, या घरातबी तिचा जीव गुतूनच पडनार."

"पडू द्या की, म्या पोरास सांभाळते. तुमी दोगं राजा-रानी कायबी करा."

शांताक्काचं बोलणं पूर्ण होण्याच्या आतच रामा तिच्या मांडीवर डोकं टेकवून रडायला लागला.

"नाही शांते, मला तुझ्याशिवाय कोनबी नगं. अगं, एक न्हाई दोन न्हाई... बारा वर्सं तुज्या संगतीनं काढली. काय अडलं का पोराशिवाय?" शांताक्का रामाला सावरत होती. सावरता सावरता स्वत: रडत होती.

भल्या पहाटे दोस्तासह लग्नाला गेलेला रामा परत येण्याची वेळ झाली होती. सारा दिवस शांताक्का आत-बाहेर येरझारा घालत होती. त्या भल्या पहाटे मोठ्या घरातला एकटेपणा भरभरून भोगत होती.

शेवटचा दिवस!

उद्यापासून ती एकटी असणार नव्हती.

शेवंता... शेवंता या घरात येणार होती.

तिची सावली बनून राहणार होती.

रामाच्या प्रेमात वाटेकरी होणार होती.

उद्यापासून ते घर नेमकं कसं असणार होतं?

खूप विचार करूनही शांताक्काला त्या घराचं उद्या बदलणारं चित्र स्पष्ट होत नव्हतं. मग तिनं विचार करणंच सोडून दिलं. देवासमोरच्या पाटावर बसून ती मळवट भरलेल्या देवीकडे एकटक बघत बसली.

"देवी, शेवंताची कूस उजव. मी तिला समदं सुक देईन. तिला एवडाबी तरास होऊ देनार न्हाई. या घराचं वंश वाडू दे. मग मी मरायला मोकळी."

हात जोडून ती पुटपुटत होती. तिन्हीसांज दाटून आली होती. कोणत्याही क्षणी

रामा येणार होता... शेवंतीसह...

त्या क्षणाला सामोरं जाण्याची आता तिच्या मनाची तयारी झाली होती. पुढचा दरवाजा उघडून तिनं तुळशीजवळ समई लावून ठेवली. आत वळणार तोच दाराशी दोन रिक्षा येऊन थांबल्या. एका रिक्षामधून श्रीपती, विठ्ठल, देवू उतरत होते आणि दुसऱ्या रिक्षामधून नवा कोरा लहरी फेटा बांधलेला रामा आणि पाठीमागून पिवळ्याजर्द साडीतली, हिरवागर्द चुडा ल्यालेली शेवंता येत होती.

क्षणभरच, शांताक्का बावरली. पण सावरून ती उंबऱ्याच्या आत गेली आणि उंबऱ्याबाहेर उभ्या असलेल्या शेवंता व रामावरून तिनं भाकरतुकडा ओवाळून टाकला. भरलेल्या तांब्यामधलं पाणी त्यांच्या पायावर घातलं आणि आत वळली. रामा, शेवंता देवासमोर ठेवलेल्या पाटावर बसले. शेवंताची ओटी भरण्यासाठी सुताराच्या मैनेला शांताक्कानं आधीच बोलावून ठेवलं होतं. मैनाबाईनं ओटी भरताच शेवंता शांताक्काच्या पुढं नमस्कारासाठी वाकली. शांताक्काला खूप अवघडल्यासारखं वाटत होतं. रामाकडे बघण्याचं ती टाळत होती.

"आजपास्नं तू थोरली आणि ही धाकली." मैनाच्या बोलण्यानं वातावरण जरा सैलावलं.

शांताक्कानं मग कामाला जुंपून घेतलं. पहाटेपासून ते रात्रीपर्यंत ती काम करत होती. घरात, अंगणात, शेतात, विजेसारखी लवलवत फिरत होती. शेवंता घरात आल्यापासून तिच्या अंगात बळ आलं होतं. ती सारखी घराबाहेरची कामं शोधून काढत होती. रामा शेतात आला तरी गप्प गप्प बसून राहत होती. उगीच या शेजारणी शेवंताच्या मनात काही घालतील, तिचं मन आणि इपरित होईल या भीतीनं ती सदा बावरूनच वागत होती. शेवंताला जरादेखील कामाची धग लागू देत नव्हती.

"व्हय गं थोरले? धाकटीस अगदी पडद्यातच ठेवलंयास? नक देकून दृष्टीस पडू देत नाहीस ते! उगीच लई डोकीवर घेऊ नकोस. तू राबणार आणि ती घरात? रामादा आजकाल शेतात येतच न्हाई. असलं कवा बगितलंच नव्हतं. इपरितच वागनं तुजं!"

शेजारणी, शेतात जाता-येता, पाणवठ्यावर थोरलीला अशा अनेक गोष्टी विचारत असत. पण ती फक्त हसत असे. या प्रश्नाचं उत्तर त्या सर्वांना ती योग्य वेळी देणार होती. एकदा शेवंताला पोर झालं की सर्वांना या तिच्या वागण्याचं कोडं उलगडणार होतं. थोरल्या दिराला उत्तरं मिळणार होती. शांताक्का त्या वेळेची वाट बघत होती. शेवंताचं कौतुक करत होती. ताटावर, पाटावर अलगद बसवत होती. रामापासून दूर दूर राहत होती. रात्रीच्या वेळी एकटीच माजघरातल्या चौघडीवर तळमळत होती. त्या बंद दरवाजातून येणारे आवाज ऐकू येऊ नयेत, म्हणून

कानावरून गच्च वाकळ झाकून घेत होती. आतल्या आत उसासत होती. रामापासून दूर राहण्याचं दुःख सोसत होती. डोळ्यातून वाहणारे काळजामधले दुःख आतल्या आत पीत होती. दिवस मोजत होती. या भाद्रपदात शेवंताला येऊन वर्ष होणार होतं. शेतावर मिरग, आषाढ, श्रावण, भादवा येत होता तसा जात होता. शेतात पेरण्या, कापण्या, मळण्या होत होत्या. मोकळ्या पोत्यात धान्य भरलं जात होतं, रिकामं होत होतं. पावसाच्या धारांनी ओलावलेली माळरानं थंडीनं गारठून जाता जाता उन्हानं वाळून जात होती.

पण शेवंता तशीच होती. शांताक्काचं घर आकार बदलायला तयार नव्हतं. शेताच्या बांधावर भेटणारे दीर, पुतणे अधूनमधून शांताक्काकडे बघून खाकरायला लागले होते. रामा उदासवाणा झाला होता. शेवंता मात्र दिवसेंदिवस आडवी होत चालली होती. शांताक्कानं वाढलेलं गरम अन्न, खीर, दूध, तूप शेवंताला मानवलं होतं. सुरुवातीला त्याचं शांताक्काला अप्रूप वाटत होतं. पण जसे दिवस, महिने पुढं सरायला लागले तशी शांताक्का मनातून हादरायला लागली. तिचं हसणं, बोलणं कमी झालं. शेवंताबद्दल एक चीड नकळत मनात निर्माण होत होती.

"आता या शेवंतानं असा अवसानघात करावा?"

मनावर मणाचं ओझं चढवून हिला घरात आनली, तरी दैवानं असा दावा साधावा?

सवतीला उरावर घेतली. जिवाचा जिवलग घरधनी तिच्या सोधीन केला.

म्या बेवारशागत बाजूला व्हायलो.

हिचं काम एकच...

या घराला वारस द्येयचा... त्येबी करू नये?

या विचारांच्या धगीनं शांताक्का आतल्या आत करपत होती. उन्हातान्हात राबून चेहरा रापला नव्हता, तेवढा तिचा चेहरा या सर्व विचारांनी रापून गेला होता.

त्या दिवशी अशीच दुपारच्या वेळी शेताच्या बांधावर बसून, समोरच्या शेताकडे एकटक बघत शांताक्का बसली असता, अचानक रामा बांधावर आला. शांताक्का चमकली. त्याचे पाय भेलकांडत होते, डोळे तारवटले होते. धप्पदिशी शेजारी बसला, तसा उग्र आंबूस वासाचा भपकारा आला.

नशापाणी? भरदुपारी?

रामा शांताक्काच्या मांडीत तोंड खुपसून, पालथा पडून रडत होता.

"काय झालं धनी? काय झालं?"

"शांते ...काय झालं दुसरं लगीन करून? झालं प्वार? गाव दात काडून हसतंया. हसू दे. पन् शांते तुझ्या हट्टापायी, माजी काय गत झाली बग? ना या घरचा, ना त्या घरचा. त्या शेवंतावर माजं मन कवा जडलंच न्हाई. तुझ्यासारकी

सायीगत माया तूच करावीस शांते. शेवंताशी संग करताना जीव तुज्या आटवनीनं खुळा हुयाचा. म्या कवाच तिला मनापास्नं जवळ केली न्हाई. शांते, यातनं मारग काड. माजा जीव लई घाबरून गेलाय. आपून दोगं एका घरात ऱ्हाऊन तू मला परकी झालीस. असं मन कठोर तरी कसं केलंस शांते? सोसवत न्हाई आता... तू माज्यासंग बोलनं टाकावं?''

''पन.''

''आता करायचं तरी काय? शेवंती तर घरात आनलीस. तिचं काय करनार... तिची चूक तरी काय? तू म्हनशील... बापय मानूस असून रडतो. पण... शांते, फार फार मनात राखून ठेवलं... सोसवना. मरावं असं वाटतं...

आज नशा केली

रागवू नकोस शांते...

पन तुज्यामाज्यात असं अंतर ठेवून वागू नगस.''

रामाच्या असंबद्ध बोलण्यातून शांताक्काला सर्व उकल होत होता. तिच्या पुढ्यात पालथा पडून लहान मुलासारखा रामा रडत होता. कधी नव्हे ते नशापाणी करून आला होता. सारं शिवार शांताक्कासमोर गरगरत होतं. सावरत घरी जाताना तिची तीच भोवंडत होती.

घरी गेल्या गेल्या थंड चूल, खरकट्या भांड्यांचा ढीग, पाण्याच्या रिकाम्या कळश्या सारं बघून तिचा भडका उडाला. रोज घरी येऊन हे सारं काम ती ओढून नेत असे, म्हणून काय झालं? शेवंतानं कधी हातही लावू नये. आपल्याबद्दल, आपल्या कष्टाबद्दल तिला इतकीही माया लागू नये? ही बाई आहे की पोरीला जलाम देनारं मशिन?

तरतरा ती शेवंताच्या खोलीत गेली. हातातल्या आरशात तोंड बघत बसलेल्या शेवंताच्या पाठीत लाथ घालून कडाडली.

''अगं गतकाळे, ज्या कामासाठी तुला आनली ते तर राह्यलंच बाजूला पन हा घरातला कामाचा ढिगारा तुला दिसला न्हाई? मी थोरली म्हून तुला झाकत गेलो, तर तू डोईवर चढून बसलीस? बाई हायस का स्वांग? धन्याला माया लावता येऊ नये तुला? एक प्वारबी होऊ नये?''

या अकस्मात हल्ल्यानं शेवंता हादरली. तरी म्हणाली, ''तुमीबी लई माया केलीसा न्हवं धन्यास्नी? झालं प्वार? उगीच माज्या नावानं का म्हून त्वांड वाजवताय? माजंच नशीब खोटं.''

डोळे पुसत भांड्याचा ढिगारा उपसणाऱ्या शेवंताकडे शांताक्का हतबद्ध होऊन बघत होती. त्या दोघींचा वाढलेला आवाज ऐकून पलीकडच्या घरातून हसण्याचा आवाज आला आणि त्याच वेळी लटपटते पाय सावरत रामा घरात आला.

दिवस असेच उगवत होते, संपत होते. पण शांताक्काच्या सभोवताली मात्र अंधार गच्च दाटून आला होता. या शेवंताचं काय करावं, रामाला कसं सावरावं आणि या सगळ्याला काय नाव द्यावं ते तिला सुचत नव्हतं. रामाचा तोल दिवसेंदिवस जातो आहे हे ती उघड्या डोळ्यानं बघत होती. त्याच्या येण्याजाण्याच्या वेळकाळाला बंधन उरलं नव्हतं. सोन्यासारख्या शरीराची रूपरया बदलून गेली होती. शेवंता मात्र निश्चिंतपणानं त्याही घरात वावरत होती, ते बघून शांताक्काचा संताप होत होता. साऱ्या घरालाच जणू वणव्यानं घेरलंय व त्या खाईत जळल्यासारखी शांताक्काची अवस्था झाली होती.

त्या दिवशी सकाळपासूनच रामाचा पत्ता नव्हता. शांताक्काला आज उगीचच, जिवाला घोर लागल्यासारखं झालं होतं. न्याहारी बांधून घेऊन, शेतात जाऊन तिनं कामाला जुंपून घेतलं होतं. खाली मान घालून भांगलण करणाऱ्या शांताक्काच्या मनात आज मोहोळ उठलं होतं. पलीकडे मैना, सारजा काम करता करता गीतं गात होत्या. एक टिटवी चित्कारत कानाजवळून गेली. एवढ्यात शांताक्काचा थोरला दादा शेताच्या बांधावरनं धावत येताना दिसला.

दादा आनी ऐन वक्ताला?

हातातला विळा सोडून शांताक्का बांधाकडे धावली. दादाच्या अंगरख्याला रक्त लागलं होतं. डोकीचा फेटा हातात आला होता.

"शांते पोरी, घरला चल. नशीब फुटलं आपलं!" तो रडत म्हणाला.

काय नि कसं न विचारताच शांताक्का तीरासारखी बांधावरून धावत सुटली.

घराच्या दारात गर्दी जमलेली होती. त्यांना हातानं सारत शांताक्का पुढं सरली, ती उंबरठ्यावर अडखळली. उंबऱ्यालगतच्या सोप्यातच रामाला आडवं ठेवलं होतं. कपाळावर वाळल्या रक्ताचे डाग होते. सारा चेहरा रक्तानं माखला होता. डोकीला झालेल्या जखमेवरच पटका आवळून बांधला होता. डोळे मिटले होते.

'मला मरावं असं वाटतं. यातनं मारग काड शांते. माजा जीव घाबरतो.'

रामा म्हणाला होता. शांताक्का ताठरून उभी होती. रामाच्या बाजूला तिची थोरली वहिनी आपलं पोर काखोटीस घेऊन बसली होती. शांताक्काला बघून तिनं मोठ्यानं रडायला सुरुवात केली. मधल्या दरवाजाला चौकटीजवळ थोरला दीर उभा होता. ही संधी साधून तो घरात शिरला होता. त्याच्या शेजारीच शेवंता उभी होती. गळा काढून रडत होती. थोरला दीर तिच्या खांद्यावर थोपटत तिला समजावत होता. ते दृश्य बघून शांताक्का पिसाळून उठली. शेवंतीच्या बुचड्याला धरून तिला तिनं उंबरठ्याबाहेर ढकलून दिलं. या हल्ल्याची कल्पना नसणारी शेवंता तिरमिरत बाहेर पडली ते पार तुळशीकट्ट्याला आपटून मोठ्यानं गळा काढून रडायला लागली.

"या घरात पाय ठेवशील तर बघ. वंश वाडल म्हनून आनली, तर घरधनी

गिळून बसलीय? पांढऱ्या पायाची अवदसा.''

शांताक्काला शब्द फुटत नव्हते. थोरला दीर पुढं येत म्हणाला,

''वहिनी, तिला घरात घ्या. रामाची बायको हाय ती. लग्नाची.''

''आत्ता तिची माया आली व्हय? ही लग्नाची बायकू? पोर झालं असतं तर मानली असती म्या. म्या थोरली जित्ती असताना ही बायकू हुईलच कशी? म्या लिवून दिलं व्हतं? आता जलामभर हिला बगत बसू?'' शांताक्का कडाडली.

दीर हसला, ''आता तुमी कुनाला बगनार? मीच बगनार तुमचं समदं. ना पोर ना बाळ. कुटं जाशीला?''

''पोर न्हाई?''

भावजयीच्या काखेतलं पोर खस्सदिशी ओढून घेऊन, दिरासमोर नाचवत ती म्हणाली,

''हे बगा पोर. हे पोर म्या मांडीवर घेनार. त्येला मोट्ट करनार. माझा वंश वाडवनार. तुमी भाईर व्हा घराच्या.''

दरवाजा घट्ट बंद करून रामाच्या अंगावर पडून शांताक्का रडायला लागली. थोरलीचं थोरलेपण अश्रूंमधून वाहून चाललं होतं. पोराच्या पायातला घुंगुरवाळा आवाज करत नव्हता.

◆

निर्धार

कडेवरच्या अजितला सावरत अंजना बस-स्टॉपवर उतरली. तिच्या सोबत आणखीन चार-पाच माणसांना स्टॉपवर सोडून एस.टी. धूळ उडवत निघून गेली. त्या कडक उन्हानं रस्त्यावरची धूळ जोरानं उडाली. थोडा वेळ धुळीखेरीज काहीच दिसेना. जमीन तापली होती. त्यापेक्षाही वरून भाजणारं ऊन न सोसणारं होतं. त्या उकाड्यानं अजित रडायला लागला. हातात पत्र्याची ट्रंक, खांद्याला पिशवी आणि कडेवर किरकिर करणारा अजित यांना सावरत अंजना एस.टी. स्टँडवरच्या पत्र्याच्या शेडकडे निघाली. नेहमीप्रमाणे तिथल्या बाकड्यावर पाच-दहा माणसं बसली होती. बाबूचा स्टोव्ह पेटलेला होता. चहाची किटली उकळत होती. आडोशाच्या कपाटातल्या बरण्यांमधून शेव, चिवडा, खारी बिस्किटं भरून ठेवली होती. अंजनाला बघताच बाबूचा मुलगा हरी पुढं आला. त्यानं अजितला घेण्यासाठी हात पुढं केला. पण नवखा चेहरा बघून अजितनं जोरात रडायला सुरुवात केली तशी हरीनं अंजनाच्या हातामधली ट्रंक आपल्या हाती घेतली. पिशवी खांद्यावर अडकवली व अंजनाबरोबर तो चालायला लागला.

''अंजाक्का लई दिसानं आलीस?'' त्यानं विचारलं.

''होय हरी. नोकरी लागलीय आता. रजा मिळत नाही. पण हरी, तुझं बोलणं कधी सुधारणार? लई म्हणायचं नाही, खूप म्हणावं. दीस म्हणू नये, दिवस म्हणायचं. शाळेत जातोस की नाही?''

''जातो की!'' हरी लाजून म्हणाला. त्याला पूर्वीपासूनच अंजना खूप आवडायची. बस-स्टॉपवर त्याच्या वडिलांच्या बाजूच्या चहा-कॉफीच्या हॉटेलात साऱ्या कर्यातीमधली माणसं एस.टी.मधून ये-जा करताना चहा प्यायला थांबत असत आणि हरी

लहानपणापासून चहाच्या कपबश्या धुणं, खाऱ्याच्या पुड्या बांधणं ही कामं करत असे. पण त्या सर्व माणसांमध्ये फक्त अंजना हरीची चौकशी करायची. प्रेमानं बोलायची.

लग्न करून अंजना परगावी गेली, तेव्हापासून हरीला चुकल्यासारखं वाटायचं. लग्न करून गेलेली अंजना आज एका मुलासह प्रथमच या गावी परत आली होती. या गावच्या बस-स्टॉपवर उतरून, दोन मैल चालत गेल्यावर अंजनाचं गाव लागत असे.

"अंजाक्का, आता कणकुंबीला जाणार?" हरीनं विचारलं.

"होय."

"बापूदाला कळवायचं होतंस. गाडी जुपून आला असता. आता या उनाचं चालत कशी जाशील?"

"अरे, पूर्वी येत नव्हते चालत? पायाखालची वाट आहे. जाईन हळूहळू."

अंजना सावकाश बोलत होती. पूर्वीचा अल्लडपणा कुठे दिसत नव्हता.

ह्या पोरीचं अजबच म्हनावं? लगीन झालं, एक प्वार झालं की झाल्या म्हाताऱ्या! या विचारानं हरीला आलेलं हसू चेहऱ्यावर उमटलं.

"का हसलास?"

"काही नाही." हरी म्हणाला. अंजनाला बघून बाबूच्या कपाळावर बारीक आठी उमटलेली अंजनानं बघितली. तिकडे लक्ष न देता अंजना हसून म्हणाली,

"बाबूमा चहा देणार नाहीस? निदान पोराला पाणी?"

बाबूनं चहाचा कप आणि पाण्याचा पेला तिच्या समोरच्या टेबलावर ठेवला आणि पाठ वळवून स्टोव्हला पंप मारायला लागला.

"बाबूमा, रागावलास? तू माझ्याशी बोलू नयेस, अशीच मी वाईट आहे. तुम्ही सर्वांनी खूप माया केलीत पण माझी लायकीच नाही बघा."

अंजनाच्या चेहऱ्यावरून खिन्न हसू सांडून गेलं. ते बघून बाबू गडबडला.

"तसं न्हवं पोरी. राग कशापाई? पुन् दुक मातर हाय. अगं, मला तुजं केवडं कवतिक? छाती पुडं काढून म्हणायचो, समद्या कर्यातीत नाव घेन्याजोगी एक पोर बापूदाची अंजना. आनी तू असं करावंस? बापूला न्हाई, निदान मला सांगायचंस. मी तुजं लगीन लावून दिलं असतं आणि करून करून लगीन केलंस लव्हाराच्या दत्तूसंगं? तू शिकलेली पोर त्या नानदांडग्याबरूबर कशी नांदणार? लव्हाराच्या भात्यासंगं करपून जाशील या एका इचारानं म्या लई लई घोर लावून घेतला. आनी तसंच झालं. चिप्पाड झालं की गं तुजं."

समोरच्या काळवंडलेल्या अंजनाकडे बघून बाबूचे डोळे भरून आले. खांद्यावरच्या पंचाला त्यानं डोळे पुसले. काय बोलावं ते अंजनाला समजत नव्हतं. डोळ्यातलं

पाणी गालावरून वाहत होतं. काही वेळ असाच गेला. अंजनानं पदरानं डोळे पुसले. पेल्यामधले थंड पाणी तोंडावर मारून घेऊन तोंड पुसून घेतल्यावर तिला बरं वाटलं. सावकाशपणे ती म्हणाली,

"बाबूमा, आता आठ दिवसांची रजा संपली की मग रोज भेटेनच तुला. सांगते सगळं. घरी कसे आहेत? बाबा कधी आले होते? कसे आहेत?"

"विचारू नकोस. अंजना काय सांगू? सगळी घडीच विस्कटली. तू निगून गेलीस तसा बापूनं धीरच सोडला. कामावर जाणं नाही का घरावर वाडनाऱ्या रीनाची चिंता न्हाई. शेती कर्जात बुडाली. घरावर रिन् चडलं. तुझी आई, चिमनी, जना सारी शेतात राबत्यात तवा चूल पेटती सांच्या वक्ताला. पोरींची शाळा बंद करून टाकली बापूनं. लई समजावलं म्या."

बाबू काम करत करत बोलत होता. ते सारं अंजनानं ऐकलं होतं पण बाबूच्या तोंडून ऐकताना तिला हुंदका फुटला.

माझ्यामुळे. माझ्यामुळे फक्त ते घर विस्कटलं. बाबूमा. आई, चिमणी, जना माझ्यामुळे कष्टात पडल्या. माझ्या शिक्षणासाठी बाबाला कर्ज झालं... आणि मी...

"खरंच अंजना, तू असं का म्हून केलंस? केवढी आशा होती तुझ्यावर!"

"एकच चूक बाबूमामा. आई-बापाच्या मायेच्या आनंदानं वाढले पण त्या मायेच्या सावलीतच एक विषारी काटा मला टोचला. एकच दंश! पण सगळं मन कडवट झालं, विषारी झालं."

"विषारी काटा?"

"होय बाबूमामा. मनात वाईट विचारानं ठाण मांडलं. तो विचार, तो अविश्वास आणि त्या अविचाराचा दंश... माझं सारं जगणं, विचार करणं बदलून गेलं. बाबावरचा विश्वास उडाला. आणि त्या भरात मी नको ते करून बसले."

"त्या दत्त्यानं मन भरवलं तुजं? गावगुंड लेकाचा!"

"नाही बाबूमामा. दुसऱ्याला दोष कशासाठी? चूक तर माझीच ना? मला माणसांची पारख नसावी?

मला खरं-खोटं समजू नये?

मला भूल पडावी?

आणि त्याची सजा घरादाराला व्हावी ना?"

अंजनाचा चेहरा पार मलूल झाला होता.

"आता तू काय काय करनार हाईस? बापूदा तुला घरात घेनार न्हाई आता." बाबूनं विचारलं.

"असं नाही होणार बाबूमामा. मी ठरवूनच आलेय. जाते मी. आठ दिवसांनी येईन, तेव्हा सारंच सांगेन. येऊ?"

अंजनाच्या सोबत हरीला देऊन बाबू त्या पाठमोऱ्या दोघांकडे बघत विचार करत होता. आता नेमकं काय होणार. तापलेल्या रस्त्यावरून अंजना चालत होती. खांद्यावर मान टाकून झोपलेल्या अजितला तिनं पदराखाली झाकलं होतं. स्वतःच्या चालण्याचा तोल सावरता सावरता, अजितचा भार अंगावर पडला होता आणि आता सारा जन्म ती तो भार सावरणार होती. गेले कित्येक दिवस असे विचार तिच्या मनात येत होते, पण काल रात्रीच्या प्रसंगानेच तिला तो विचार पक्का करावा लागला. काल रात्री...

काल रात्रीची आठवण येताच तिनं ब्लाउजच्या आत ठेवलेल्या पगाराचं पाकीट हातानं चाचपून बघितलं. या पैशावरूनच तिची कायम ओढाताण झाली होती. मनस्ताप झाला होता. 'पैसाच नसता जगात तर?' तिनं अनेकदा हा प्रश्न मनाला केला होता.

निदान मग बाबाचं घर सोडावं लागलं नसतं किंवा... मग काल रात्रीसारखं काही घडलं नसतं.

काल रात्रीची आठवण झाली तशी संतापानं मनातून उसळली. या महिन्यात पगाराचे पैसे काही झाले तरी दत्ताला द्यायचे नाहीत हे अंजनानं ठरवलं होतं. शाळेच्या ऑफिसमधून बाहेर येणाऱ्या अंजनाची वाट बघत दत्तू उभाच होता. अंजनानं घर गाठलं व पाठोपाठ दत्तानं अंजनाला गाठलं होतं. अंजनाचा निर्धार बघून दत्तानं तिच्या अंगावर हात टाकला होता. तिची सासू, सासरा, दीर सारेच दत्ताला चिथावणी देत होते. पैसे अंजनानं घरी आणलेच नाहीत, हे लक्षात येताच दत्ता वेडापिसा झाला होता. मिळेल तिथे अंजनाला मारत होता आणि घराबाहेर निघून गेला होता. ती सारी रात्र छोट्या अजितला पोटाशी धरून अंजनानं जीव मुठीत धरून कशीतरी काढली होती. पहाटेच्या अंधारात ट्रंक व अजितला घेऊन तिनं घर सोडलं होतं आणि ती अण्णागुरुजींच्या घरी आली होती. आता तापत्या रस्त्यावरून चालता चालतानासुद्धा तिला अण्णागुरुजींच्या आठवणीनं रडू आलं.

अण्णागुरुजी!

तिच्या शाळेतच नोकरी करणारे एक शिक्षक.

दत्ताबरोबर लग्न करून ती किणीवाडीत राहायला आली, त्या दिवसापासून अण्णागुरुजींचा आधार वाटला होता. बारीक नारळाच्या झाडासारखे उंच, चश्मा लावणारे, सदा वाचन करणाऱ्या अण्णागुरुजींबद्दल अंजनाला आपलेपणा वाटत होता. अगदी किणीवाडीच्या शाळेत नोकरीला लागली, त्या पहिल्या दिवसापासून साऱ्या तालुक्यात पहिली आलेली हुशार मुलगी म्हणून साऱ्यांनाच अंजनाचं कौतुक होतं. तशात नोकरी करणारी मुलगी म्हणून जास्तीच अप्रूप वाटत होतं, अण्णागुरुजींना विशेष!

"अगं, तुझ्यासारख्या मुली या ग्रामीण भागाचं भूषण आहेत."

त्यांनी असं काही म्हटलं की अंजनाला खूप संकोच वाटायचा. कारण आपण सामान्य मुलीसारख्या वागत आहोत याची अंजनाला जाणीव होती. दत्ता- दत्तानं तिचं जीवन व्यापून टाकलं होतं. त्याचं बोलणं, त्याचे विचार यांनी ती भारावून गेली होती. दत्ताला चोरून भेटण्यातल्या एका वेड्या आनंदानं तिचं मन शिगोशीग भरून गेलं होतं. अण्णागुरुजींना कळलं तर?

या विचारानं ती धास्तावत होती. अंजनाला तो दिवसही आठवला. ज्या दिवशी दत्ताबरोबर लग्न करून ती पहिल्यांदा नोकरीवर गेली. बरोबरीच्या शिक्षिका, शिक्षक तिची चेष्टामस्करी करत होते. फक्त अण्णागुरुजी गप्प होते, बोलत नव्हते. त्यांना अंजनाच्या दत्ताबरोबर झालेल्या लग्नानं जबर धक्का बसला होता.

'मी आई-बाबांना दुखावलं, गुरुजींना फसवलं आणि ज्या दत्तासाठी मी हे केलं, त्या दत्तानं असा दगा द्यावा?'

त्या आठवणीनं अंजनाच्या मनात विषाद भरून राहिला. दत्ताबद्दल कुणालाच प्रेम नव्हतं.

"का गुरुजी, तो जातीनं लोहार आहे म्हणून?" एकदा अंजनानं रागानं विचारलं होतं.

"नाही अंजू, जातीवर काहीच नसतं. पण त्या त्या जातीचे जे संस्कार घेत माणूस वाढतो, त्याला महत्त्व. म्हणजे असं, तू लहानपणापासून स्वच्छ मनानं वाढलीस, मी सेवाग्रामात वाढलो आणि तुझा हा नवरा वाढला लोहाराच्या भट्टीसोबत. विझत्या निखाऱ्यांना फुंक घालणाऱ्या भात्याजवळ लहानाचा मोठा झालेला हा मुलगा."

"पण गुरुजी, तो धंदा आहे त्याच्या घरादाराचा."

"तेच मी म्हणतोय. त्या धंद्यासोबत, घरदार व त्या धंद्याबरोबर आजूबाजूचं वातावरण यालाच मी संस्कार म्हणतो. या दत्तानं तुझ्या मनात आई-वडिलांच्या द्वेषाची धग पेटवली आणि जसं हवं होतं त्याला स्वत:ला... तसं त्यानं तुला बदलवलं."

गुरुजी शाळेतल्या फावल्या वेळेत असंच बोलत असत; पण अंजनाला पटत नसे. दत्ताची तिच्यावरची जादू तशी होती.

अंजनाचे पाय चालून चालून भरून आले. अजितला उचलून घेऊन हात भरून आले होते. चाल मंदावली होती.

"अंजाक्का, बसू या झाडाखाली? जरा उन्हं तिरपी झाली की निघू. आता पोचू कणकुंबीला." हरी म्हणाला.

उंबराच्या गारव्याला अंजना विसावली. अजित मांडीवर झोपला होता. रस्त्याच्या

पलीकडे शिवारं सळसळत होती. त्या पलीकडचा बांध नजरेत भरत होता. त्या रुंद बांधावर तीन झाडं उभी होती. मोठं वडाचं झाड पारंब्या सावरत सैल पसरलं होतं. त्याच्याखाली झोपडी होती. त्याच्या थोड्या अंतरावर आंब्याचं झाड होतं. नुकताच फळांचा मोसम संपला होता. पानं पिवळी झाली होती. झाडाची सावली खालच्या रुंद पारावर पसरली होती आणि त्याच्याही अगदी अलीकडे उंच नारळाचं झाड झावळ्या हालवीत उभं होतं. त्या साऱ्यांच्याही वर पसरलेल्या निळ्या आभाळात, पांढऱ्या कापसासारखे ढगांचे पुंजके विखुरले होते. अंजनाचं लक्ष त्या तीन झाडांकडे लागून राहिलं.

एक झाड सावली देणारं...

दुसरं फळं, फुलं देणारं...

आणि तिसरं उंच... आकाशवेध घेणारं...

तिघांच्याही डोक्यावर आकाश आहेच. पण त्या वडाचं लक्ष गारवा देण्यात गुंतलंय.

आंब्याचं लक्ष फळात गुंतलं आहे.

हा माड मात्र तसा वेगळा. मुळं जमिनीत घट्ट रुजली आहेत, पण नजर मात्र आकाशात गुंतली आहे.

त्या वडाच्या लोंबत्या पारंब्यांत, गारव्यात हरवलेलं बालपण अंजना आठवत होती. बापू मन्याची थोरली लेक म्हणून अंजना कवतुकात लहानाची थोर होत होती. रूपानं उजवी, अभ्यासात हुशार म्हणून आई-बाबांच्या कौतुकात न्हात होती.

"आपल्या अंजाक्काला लई शिकवायचं हं का. मास्तरीन करायची."

बाबा आईशी बोलत असताना अंजना ऐकायची. तिच्या नजरेसमोर हातात पर्स, पुस्तकं, चॉक व डस्टर घेऊन वर्गात येणाऱ्या जोशीबाई येत. मग खुदकन हसून ती आईला बिलगायची. नववी, दहावीत अंजनाच्या अभ्यासावर शाळेतून विशेष लक्ष देत होते. तो दिवस अंजनाला आजही आठवला. बाबा शाळेत आले होते आणि हेडमास्तरांशी बोलत होते.

"बापूदा, लेक आता दहावी पास होणार. पहिली येणार. तालुक्यात डी.एड. कॉलेज आहे. शिकव पोरीला."

"कसं जमनार मास्तर? त्या कॉलेजात भरती करताना दहा हजार रुपये लागत्यात. हिकडं म्हनायचं पोरीस्नी शिकवा आन् तिकडं पाय वडायचा धंदा." बाबा वैतागून म्हणाला. त्यावर हेडमास्तर म्हणाले,

"बापू! अरे, आपण माणसं म्हणूनच समाजाच्या तळाशी आहोत बघ. जरा हिशेब करून बघ. आत्ता दहा हजार भर. पोरीला नोकरी लागली की जन्मभर पगार घे. धाकट्या पोरींना उजव. घर बांधून काढ. शिक्षकांना पेन्शन असतं. त्याच्यावर

म्हातारपण निघून जाईल. माझंच बघ की, मी साधा मास्तर पण कर्ज काढून घर बांधतोय. शेती सोडवून घेतलीच की नाही?''

''पण मास्तर पोरीची जात. लगीन करून जानार न्हवं एक दीस?''

''कुणी सांगितलंय लग्न कर म्हणून? पहिली चार-पाच वर्षं हुरुपानं नोकरी करेल, नंतरची दोन-चार वर्षं नवरा शोधण्यात... तोवर लग्नाचं वय निघून जातं.''

''पन मास्तर...''

''बापू, मी हेडमास्तर आहे. चांगलं बोलतो, चांगलं ऐकतो. पण वागतो मात्र माझ्या बुद्धीनुसार. अरे, या जगण्याचं सुख हवं असेल, तर आधी स्वत:चा विचार करावा माणसानं. मुलगी तुझी. उन्हातान्हात राबून तू शिक्षण दिलंस म्हणून शिकली. तुला तीन मुलीच. मुलगा नाही. मग या मुलीनं घराचा जरा भार उचलला तर कुठे बिघडलं? आता प्रश्न उरला लग्नाचा. ते जेव्हा व्हायचं तेव्हा होणारच. तू गप्प राहा.''

पण मास्तरांच्या बोलण्यानंतर बापू गप्प बसला नाही. दहा हजार रुपयांच्या जोडणीमागं तो लागला. ते पैसे भरून, अंजनाला डी.एड.ला प्रवेश मिळवून दिला. अंजना मास्तरीण होण्याची स्वप्नं बघू लागली. बाबांचा तो उत्साह बघूनच अंजनाच्या मनाला पहिला धक्का बसला. तिच्या मनाला मरगळ आली. दावणीच्या बैलासारख्या आपण कणकुंबी ते तालुक्याच्या गावी जा-ये करत आहोत, असं तिला वाटत राहिलं. आई-बाबांच्या वडासारख्या मायेच्या सावलीची शीतलता निघून गेली. एक दंश... मनात सारखा डंख मारत होता.

याच वेळी...

नेमका याच वेळी दत्ता तिला भेटला. डी.एड. कॉलेज संपताना. कॉलेजच्या गेटवर तिची वाट बघू लागला. त्याच्या सोबतीत हॉटेलची चहा, भजी गोड लागू लागली. पाठ देण्यासाठी जिथे अंजना जाई, तिथे दत्ता सोबत करीत असे. तिची वाट बघत एस.टी. स्टँडवर उन्हा-पावसात उभा राहत असे. बसमध्ये तिची जागा राखत असे. शेवटचा पेपर देऊन अंजना घरी परत चालली होती त्या दिवशीच त्यानं मन उघडं करून दाखवलं होतं.

''अंजू, आता उद्यापासून तुझं कॉलेज बंद. आता रोज भेटणार नाहीस तू.''

नेमक्या याच विचारानं अंजनाला उदासवाणं वाटत होतं. तरी ती म्हणाली,

''सुट्टी आत्ता संपेल. रिझल्ट लागला की बहुधा किणीवाडीला नोकरी लागेलच. बाबांनी बोलून ठेवलंय. मग पुन्हा मी रोज कणकुंबी ते किणीवाडी अशी ये-जा करेनच.''

''म्हंजे सारा जल्म नोकरी करून बाबाची भर करणार?'' दत्तानं विचारलं.

''ते का? बाबा लगीन लावून देतीलच. आई तर केव्हापासून मागं लागलीय.''

''खुळी आहेस अंजे. एकदा तुझ्या पगाराची चट लागली की बाबा तुझं लगीन लावणार? बोक्याच्या तोंडाला दुधाचं भांडं एक डाव लागलं की बोका सोडत नाही. तुझ्या शंभराच्या नोटांची ऊब घरादाराला लागली की ते घर तुला सोडणार? वाट बघ.''

''मग काय करू म्हणतोस?'' अंजनानं वैतागून विचारलं.

''त्या घरानं तुला गिळण्याआधी तू घर सोड.'' दत्तूचा आवाज घोगरा झाला होता. अंजनाचा हात हातात धरून तो म्हणाला,

''अंजू, तू शिकलेली आहेस आणि मी अडानी तुज्या वारगीचा नाही. पण माझं प्रेम आहे तुज्यावर. तू हो म्हणालीस तर आपून लगीन करू. मी कामधंदा बघीन, तू नोकरी कर. आपून दोगं कमवून खाऊ. विचार कर. बाबाच्या घरात जलमभर नोकरी. लगीन न्हाई, सौंसार न्हाई. फक्त नोकरी. माझ्या घरात सौंसार, घरदार समदं मिळंल. नोकरी झेपली तर कर न झेपली तर सोडून दे. माझा आग्रेव न्हाई.''

दत्ताच्या या बोलण्यानं अंजनाचं विचारचक्र बदललं. अंजनाच्या कॉलेजप्रवेशासाठी कर्ज घेतलेला बापू... कर्जाचे हप्ते फेडण्यासाठी तिच्या पगाराची वाट बघतो हे आधी तिला पटलं होतं. समजत होतं पण दत्तानं आता वेगळंच चित्र उभं केलं होतं. बाबाच्या हातात महिन्याचा पगार ठेवताना आधी होणारा आनंद आता संपला होता. त्याची जागा मनातल्या मनात द्वेषानं घेतली. तो द्वेष तिचं नितळ मन डहाळून गेला होता. सारं मन विखारानं भरलं होतं. तो विखार तिला दंश करत होता. जगू देत नव्हता. म्हणून जगण्यासाठी ती दत्ताच्या सोबत घराबाहेर पडली. त्याच्या अडाणी कुटुंबात ती आपणहून शिरली. दत्ताची अडाणी भाषा तिला फुलासारखी वाटली. त्याच्या शब्दामधल्या जादूनं ती भारून गेली. बाबा, आई, जना, चिमणी यांना ती विसरून गेली. भरल्या अंगानं नोकरीची धावपळ करताना ती थकत नव्हती. अजितचा जन्म झाला, तेव्हा जीवन सफल झाल्याचा आनंद तिला झाला.

वर्ष-दोन वर्षं नवतीची सरायला लागली आणि आभाळातल्या पांढऱ्या मेघाची काळी किनार गडद व्हायला लागली. लोहाराच्या भात्याजवळच करपणारा अजित, त्याचं अडाणीपणानं संगोपन करणारी सासू, तिच्या पगारावर झडप घालणारा दत्ता... याचं चित्र गडद व्हायला लागलं. मनात काळी पडछाया उमटवायला लागली. हळूहळू घरातलं लोहारकाम बंद झालं. भाता बंद झाला.

तशी अंजनाची दमछाक वाढली. तिच्या पगारावर घरदार सुस्तावत चाललं. सासरा निवांत बसू लागला. अजितला कडेवर घेऊन सासू गावगप्पांत रंगू लागली. दत्ता पत्ते कुटण्यात गुंतू लागला. नशापाणी घरात यायला लागलं. त्या संसाराचा भार वाहणारी अंजना धापू लागली. अजितचं संगोपन, दत्ताचा कोडगा निलाजरेपणा, घरादाराची तिच्याबद्दलची बेपर्वाई, या साऱ्यांनी अंजना खचून गेली.

या साऱ्यात आधार होता फक्त अण्णागुरुजींचा. ते तिला सावध करत होते, पण अंजना सावध झाली नव्हती. शेवटी काल रात्रीचा प्रसंग घडला आणि अंजना माहेरच्या वाटेवरच्या रस्त्यावर आज येऊन बसली होती. नजरेसमोर शिवार सळसळत होतं आणि बांधावरची तीन झाडं टकमका अंजनाला बघत होती.

एका झाडानं तिला सावली दिली पण सावलीनंच डंख मारला होता. दुसऱ्यानं मोहोर दिला होता, फळं दिली होती. पण झाडं फळावर झडप घालत नाहीत. अंजनाच्या वाटेतल्या सावलीनं डंख दिला होता अन् झाडानंच फळ गिळलं होतं.

"बाईच्या जातीला हा भोग का म्हणून ठेवला असेल? सर्वांना माझा पगार हवा. ही अंजना नको. शेवटी प्रत्येकानं स्वार्थच बघावा ना?"

अंजनाची खिन्न नजर नारळाच्या उंच झाडावर खिळली. त्या उंच झाडाच्या शेंड्यापासून खालवर उन्हं चमकत होती आणि बुंध्यापासून वरच्या टोकापर्यंतचा माड रिकामाच होता. फक्त माथ्यावर झावळ्यांची छत्रचामरं चमकत होती.

'असंच असायला हवं.'

आपली मुळं या जमिनीत घट्ट असली म्हणजे माथ्यावर छत्रचामरं आपसूक झुलतात. असेना ही मधली वाट मोकळी? मधली मोकळी वाटच एक दिवस माथ्यावरच्या झावळ्यांच्या सावलीत पोचवेल. मात्र मुळं जमिनीशी घट्ट जखडलेली पाहिजेत.

माडाच्या बुंध्यावर नजर खिळलेली अंजना विचार करत होती. शिक्षणानं, वाचनानं प्रगल्भ विचारी बनलेल्या अंजनाला, आई-वडिलांना समजून घेता आलं नव्हतं, ना दत्ताला तिची पारख झाली होती.

त्या अडाणी, स्वार्थी माणसातच आपल्याला जगायचं आहे हे सत्य तिला आता पूर्णपणे उमगलं होतं.

'सारेच स्वार्थी!

कुणी सावलीत दंश करणार, तर कुणी फळाची किंमत वसूल करणार. मग या जडजंजाळात जगायचं कसं?'

अंजना विचार करत होती,

'या समोरच्या नारळाच्या झाडासारखं? इतरांपेक्षा अकारण उंच होण्याची शिक्षा या माडाला देवानं दिलीये, पण तो कुठे दुःखी आहे? उलट त्याचे पाय जमिनीवर आणि नजर आकाशात, नाही? या इतर खुज्या माणसाकडे आता त्याची नजरच नाही. त्याची नजर भिडलीये आभाळाला. कसा मस्त झुलतो आहे!

मीही असंच जगायला शिकलं पाहिजे. यापुढं जगणार ते माझ्यासाठी. अजितसाठी. चिमणी, जनासाठी. त्यांना बुटकं होऊ देणार नाही, तर माझ्यासोबत त्यांना उंच करेन, ताठ जगायला शिकवेन.'

या विचारासरशी अंजना मांडीवरच्या अजितला सावरत उठली. पिशवी उचलली.
''चल हरी, निघू या.''

ट्रंक सावरत हरीही उठला. वाटेत त्यानं विचारलं,

''अंजाक्का, बापूदानं घरात घेतलं नाही तर?''

''तसं होणार नाही हरी. तो रागावेल. शिव्या देईल. कदाचित बोलणार नाही.
पण मी सोसेन. बाईमाणसाला सोसावं तर लागतंच. मग ते मी या घरात सोसेन.
नोकरी करीन आणि माझ्या अजितला, चिमणी, जनाला शिकवेन. मोठं करेन. बाबा
रागावला तरी तो त्याचा अधिकार आहे ना!''

माहेरच्या माणसांना बघायला अंजना आतुर झाली होती. बाबाच्या पायावर
डोकं ठेवायचं होतं. आईच्या कुशीत शिरून मोकळं व्हायचं होतं. चिमणी, जनाला
शाळेत पाठवायचं होतं. तिची पावलं भराभरा चालत होती. तापलेल्या मातीचा
पावलांना होणारा स्पर्श फुलासारखा वाटत होता. नजरेसमोर सळसळणारा माड
होता. झावळ्या हालवून तिला खूप काही सांगत होता.

◆

झोपाळा

अभिजितची शाळेतून येण्याची वेळ झाली तशी माई स्वयंपाकघरात ओटा आवरायला लागल्या. कागदावर पसरून ठेवलेला चिवडा व शंकरपाळी आता गार झाली होती. डब्यात भरून ठेवण्याजोगी. माईंनी स्वच्छ पुसून ठेवलेले प्लॅस्टिकचे डबे घेऊन चिवडा, शंकरपाळी त्यामधून भरून ठेवले. तोवर तुळसानं टेबल पुसून ठेवलं होतं. बश्या, पेले मांडून ठेवले होते. माईंनी बारीक गॅसवर दूध ठेवलं. ओटा आवरून घेण्याची सूचना तुळसाला देऊन त्या आपल्या खोलीत गेल्या. दुपारपासून गॅसजवळ उभं राहून राहून घामाच्या धारा लागल्या होत्या. स्वच्छ तोंड धुऊन, धुतलेली साधी सुती साडी नेसून, माईंनी पुढचा दरवाजा उघडला. दरवाजापाशी रेंगाळलेली सांज उन्हं घरात शिरली. दार उघडण्याची वाट बघत बसलेल्या मांजरीच्या पोरासारखी. बाहेरची स्वच्छ हवा घरात शिरली आणि अंगाला गार वारं लागलं. माईंना बरं वाटलं. दारासमोरची छोटी बाग, आधी माईंनी कौतुकानं लावलेली, नंतर अमिताच्या हट्टापायी लाकडी झोपाळा स्टँडसह आला. अमिता डॉक्टर झाली, अनिरुद्धबरोबर लग्न लागून सासरी गेली. काही दिवस झोपाळा सुना झाला होता. कधी वाऱ्याच्या झोक्यानं मागं-पुढं झुले, तेवढाच!

आणि गेली तीन वर्षं अभिजितसह अमिता या घरी परत आली. कायमची. अभिजित झाल्यावर झोपाळा आनंदानं झुलायला लागला; पण माईंचं मन मात्र धास्तावून स्तब्धच झालं. डॉक्टरांच्या अचानक जाण्यानं तर एकाच जागी घट्ट रुतून बसलेलं मन आता अभिजितवर जडलं होतं. तो या घरात परत यायला नको होता, पण आला होता.

अमितासोबत.

त्याचं येणं सुखावत होतं अन् दुखावतही.

अभिजितचं वागणं, बोलणं...

या साऱ्यांनी त्या हसत होत्या, रडत होत्या.

"अजूनी कसा आला नाही?"

त्या नजर पोचेपर्यंतचा रस्ता न्याहाळत होत्या. गेटच्या दाराजवळ उभ्या होत्या. समोरच्या गॅलरीत दामलेकाकू उभ्या होत्या. रोजच त्या उभ्या असत तशा.

"काय माई, अभिजितची प्रतीक्षा वाटतं?"

मग काय तुमचा मुखडा बघायला येतेय वाटतं. हे ओठावरचे वाक्य परतवून त्या ओठांवर हसू आणत म्हणाल्या,

"हो ना, जरा उशीर झाला की आजकाल भीतीच वाटते बघा!" तोवर कोपऱ्यावरून रिक्षा वळली. गेटजवळ रिक्षा थांबवून छोटू रिक्षावाला, अभिजितला उतरवत म्हणाला,

"हं आजी, आला तुमचा नातू, पाठीमागं बसायला जागा आहे हो, पण हा पुढंच बसतो. माझ्या शेजारी. हौस आहे ना? बरं."

छोटूची रिक्षा सुरू झाली.

"टाऽ टा- छोटूमामा, उद्या सकाळची शाळा आहे, विसरू नको. लवकर ये."

"हं, चला आता."

माईंनी त्याच्या वॉटरबॅगमधलं उरलेलं पाणी कुंदाच्या झाडात ओतलं.

"आऽ आजी, काय मस्त वास सुटलाय गं!" त्यानं घरात येताच असं म्हणताच माई खूश झाल्या. हातपाय धुऊन कपडे बदलून येणाऱ्या अभिजितसमोरच्या बशीत चिवडा, शंकरपाळी घालून ठेवल्यावर, त्या शेजारच्या खुर्चीत बसत म्हणाल्या,

"खा राजा. सांग, आवडलं का?" तोंडात चिवडा, शंकरपाळीचा बकणा भरत अभिजित म्हणाला, "टॉप! काय मस्त झालंय आजी?"

तेव्हा कुठे माईंचा जीव थाऱ्याला लागला. मनापासून बशीतला चिवडा खाणाऱ्या अभिजितकडे त्या डोळे भरून बघत होत्या.

"तुझ्या आजोबांनापण असा चिवडा आवडायचा." त्या म्हणाल्या, डॉक्टर अचानक गेले. फराळाचे जिन्नस या घरात बंद झाले. अभिजित परत आल्यानंतर आता पुन्हा सुरू झाले होते.

"आजी, अगं सगळ्याच आजोबांना चिवडा आवडतो का गं? त्या घरच्या आजोबांनाही आवडतो? आणि तू दिलेला डबा मी गेल्या शनिवारी बाबांना दिला ना, तर ते खूश झाले. म्हणाले, "असा चिवडा करावा तर तुझ्या आजीनंच." हळू आवाजात अभिजित म्हणाला.

“खरंच का रे? म्हणूनच मी आजही केला. प्लॅस्टिकच्या पिशवीत भरून देते. पण नेशील ना गुपचूप?”

“आजी, तू काळजी नको करूस. बघ तरी कशी गुपचूप पिशवी बॅगेत ठेवतो ते. आईला मुळीच कळणार नाही. ही जमाडीजंमत फक्त आपलीच बरं का आजी?”

अभिजित हळूच म्हणाला, पण माईंचं मन धास्तावलंच होतं. अलीकडे...

शुक्रवारची संध्याकाळ आली की त्या अशाच अस्वस्थ होत असत. सोमवार ते शुक्रवार या पाच दिवसांत घर कसं शहाणं असतं अन् शुक्रवार संध्याकाळपासून ते वेडं व्हायला लागतं.

या विचारानं माईंना हसू आलं. हे असंच घडत आलं होतं.

केव्हापासून बरं?

माई आठवू लागल्या.

अमिताला समज आली, तेव्हापासून...

तेव्हापासून? की त्याच्या आधीपासून?

आधीपासूनच...

जेव्हा माई लग्न करून या घरात आल्या तेव्हापासूनच...

माईंना वाटायचं की हे वेडं घर आहे पुस्तकातल्या माणसाचं. शेल्फवरच्या पुस्तकांसारखं न बोलणारं! डॉक्टर ते तसे...

अन् अगदी तशीच ती अमिता.

माईंची मुलगी...

पण डॉक्टरांचे गुण घेऊन आलेली.

माई मग घरातल्या मांजरीशी बोलत. बागेतल्या झाडांशी बोलत. पण त्या बोलल्या की न बोलल्या, घरातल्या त्या दोघांवर काहीच परिणाम होत नव्हता. टेबल, खुर्ची, पुस्तकं अन् भिंतीवर फ्रेम करून लटकणाऱ्या दोघांच्या डिग्र्या...

आतासुद्धा दूध पिणाऱ्या अभिजितसमोर बसलेल्या माईंची नजर भिंतीवरून घरंगळत, भिंतीलगतच्या पुस्तकांनी खचून भरलेल्या शेल्फवर गेली.

इतकं सगळं वाचून माणूस शहाणा थोडाच होतो? इतकी पुस्तकं वाचली पण चांगलं जगता आलं नाही.

चांगले डॉक्टर होणं, चांगले पैसे कमावणं...

म्हणजे का चांगलं जगणं?

मी होते... म्हणून हा संसार निभावला.

पण अमिता...

आलीच ना संसार सोडून?

इतका चांगला संसार, चांगला नवरा, सोन्यासारखा मुलगा.

विचार करताना माईंना अनिरुद्धची आठवण आली.

अनिरुद्ध! माईंचा जावई,

अमिताचा नवरा... या अभिजितचे वडील.

अनिरुद्धची आठवण आल्याबरोबर माईंचं मन हललं. किती उमदा, आनंदी, स्वच्छ मनाचा! जावई म्हणून माईंना तो बघताक्षणीच आवडला होता.

असाच...

या अभिजितसारखा... याच खुर्चीवर बसून... पहिल्या दिवशीच... मनापासून, माईंनी केलेल्या पदार्थांची मुक्तपणे तारीफ करत तो खात होता.

या घरात प्रथमच माईंच्या सुगरणपणाला कुणी दाद दिली होती! समोरच्या बशीमधल्या पदार्थांवर ताव मारणाऱ्या अनिरुद्धकडे डॉक्टर आणि अमिता मात्र विचित्रपणे बघत होत्या.

'दुष्काळातून आलाय की काय हा मुलगा? एम.डी. झालाय. पण लक्ष सगळं खाण्यावर?'

तो गेल्यावर डॉक्टर म्हणाले,

"सिली।"

"अमिता, का गं? एम.डी. झाला म्हणजे त्यानं काही खाऊपिऊ नये की काय? सगळी माणसं तुमच्यासारखी कशी असतील?"

"आमच्यासारखी म्हणजे?"

यावर माई काहीच बोलल्या नाहीत. त्यांना गप्प बसलेलं बघून समोर बसलेला अभिजित त्यांना म्हणत होता,

"आजी चल ना बागेत. तुला गंमत सांगायची आहे."

"अरे, हळूहळू झोका घे. सोसत नाही सोन्या आता." माई आणि अभिजित झोपाळ्यावर बसले होते. झोका मागं-पुढं होत होता.

"खरंतर झोपाळा आणला होता अमितासाठी, पण ती कधी बसलीच नाही. हा अभिजित मात्र रोज बसतो."

"हं, सांग ना गंमत."

"आजी, उद्या बाबा माझ्यासाठी काय घेऊन येणार आहेत, सांग."

"अं... चॉकलेट?"

"चूक."

"मग, बॅटरीचं पिस्तूल?"

"अं ऽ हं."

"पुस्तकं?"

"चूक, चूक, चूक. हरलीस? सांगू?"

"सांग बाबा. सांग. हरले."

"आजी, उद्या बाबा मला न्यायला येताना कार नाही आणणार काही!"

"मग?"

"याम्मा नवी कोरी."

"ही याम्मा आणि कोण?" अभिजित मोठ्यानं हसला.

"तुला याम्मा माहिती नाही? मला कार आवडत नाही ना! मला याम्मावर बसून खूप खूप दूर फिरायला जायचंय. बाबा पुढं, मी मागं. भरधाव स्पीड. झूऽऽऽ वारा नुसता कानांवरून, डोकीवरून भर ऽ भर भ ऽ र."

"सांभाळा रे बाबांनो!" माई काळजीनं म्हणाल्या. सोन्यासारखी कार असताना हे अवलक्षण आणि कशाला? काळजी एक एक?

"अगं आजी, बाबा काय मस्त ड्राईव्ह करतात सांगू! मजा येते. मी नुसतं म्हणालो बाबांना तर बाबांनी याम्मा बुक केली. आज आलीसुद्धा."

"तुला कसं समजलं?" माईंनी नवलानं विचारलं.

"शाळेतून मी बाबांना फोन केला ना! बाबा आणि मी उद्या चार ते सहा खूप फिरणार आहोत. बाबाच म्हणाले ना!" हळूच अभिजित म्हणाला. माई त्याला बघत होत्या.

झोपाळा हालत होता. अभिजितचं सारं लक्ष उद्या येणाऱ्या बाबांवर... आणि नव्या याम्मावर.

"काय बाई नाव तरी? याम्मा!" माई कौतुकानं म्हणाल्या, "खूप पैसे लागतील ना रे? खर्च उगीचच!"

बाबा म्हणतात, "पैशाचं काय? आपल्या आनंदापुढं पैसे कसले मोजायचे?" "तू सांग आजी, मी आणि बाबा दोन तास याम्मावर बसून झूऽम फिरणार की पैसे वसूल. छॅट, हे तर काहीच नाही. बाबा म्हणतात, मी मोठा झालो की डिस्ने लॅंडवर जायचं. मज्जा."

"ते आणि काय?"

"ते? अमेरिका. ते जाऊ दे आजी. मला तर उद्या कधी येईल असं झालंय."

झोपाळा मागं-पुढं तसंच माईंचं मन.

माईंनाही असंच सारं आवडायचं. खूप फिरावं, खूप बघावं, हसावं, पण सारी आवड कुलपात बंद करून, मिटल्या ओठांनीच जन्म सरला. हा अभिजित जे बोलतो, ते ऐकण्यात त्यांना तो आनंद कित्येक वर्षांनी पुन्हा भेटला होता. डॉक्टर आणि अमिता यांच्या संगतीत थंडगार बर्फ झालेला, तो आनंद आता अभिजितच्या या मोकळ्या बोलण्यानं कसा झुळझुळत पुन्हा अलगद भेटला होता.

तो अनिरुद्ध अन् हा अभिजित...
ते डॉक्टर अन् ही अमिता...
स्वभावाची दोन टोकं.
अन् मधल्या आपण!
नुसत्या झुलतच राहिलो.
कधी हे टोक...
तर कधी ते.
आपल्याला मुळी टोकच नाही
अन् मध्यही नाहीच...
मग?
नुसतंच झुलणं मागं-पुढं.

या विचारांनी अलीकडे त्या कासावीस होऊन जात. पूर्वी तर रडू पण यायचं नाही. पण...

...पण अलीकडे हे काय झालंय?

माईंनी पदरानं गालावरचं पाणी पुसलं. त्यांच्या मांडीवर डोकं टेकवून अभिजित झोपाळ्यावर आडवा झाला होता. त्याच्या पिंगट केसांमधून माईंचा हात फिरत होता. तो मऊ केसांचा स्पर्श...

माईंच्या मनातल्या त्या स्पर्शाची भूक अशीच मिटून गेली होती.

डॉक्टर... अमिता.

दोघांनाही असलं ओंजारणं, गोंजारणं आवडायचं नाही. माई जवळ गेल्या तरी ते दोघं दूर दूर व्हायचे. ऑपरेशन करून थकून आलेले डॉक्टर किंवा परीक्षा देऊन दमून आलेली अमिता बघून माईंचा जीव कळवळायचा. कुठे आलं घालून चहा करून दे, कुठे वाटीत खोबरेल तेल घेऊन डोकीवर घाल, असं त्या करायच्या. पण त्या दोघांचे डोळे अखंड पुस्तकांवर. 'होय' अगर 'नाही' यापलीकडे संभाषण नाही.

झोपाळा पुढं-मागं.

अभिजित कधी हालणाऱ्या पानाकडे, तर कधी आभाळात पसरलेल्या कापूस ढगाकडे बघत होता. माईंनाही असंच बसायला आवडायचं. नाहीतरी या घरांमधला प्रचंड एकटेपणा त्या कशा सोसणार होत्या? ही बाग, हा झोपाळा, ही उंच आभाळाशी गोष्टी करणारी सुरूची झाडं... अन् सदा सोबत देणारं हे निळं आभाळ. त्यांच्या बदलणाऱ्या रंगछटा... करड्या, काळ्या, पिवळ्या, शेंदरी, सोनेरी...

माईंचा एकटेपणा पिऊन टाकत. सोबत देत. या अभिजितची आणि आपली आवड सारखी कशी, या गोष्टीचं माईंना नेहमी नवल वाटायचं.

अनिरुद्ध...

या अभिजितचे वडील... माईंचा जावई...

असाच होता.

होता? होता नव्हे आहे.

लग्नाचं नातं अमितानं आणि अनिरुद्धनं तोडून टाकलं. कायद्यानं.

दोघांनी घटस्फोट घेतला. तो तिकडे अन् ही अभिजितसह इथे.

पण हा स्फोट होताना माझ्या म्हाताऱ्या मनाचा कुणी विचारच केला नाही...

म्हातारं मन. घाबरं झालेलं. जरा खुट्ट झालं तरी दचकणारं...

आणि इथे तर परस्पर घटस्फोट. म्हणे जीवन आमचं, निर्णयही आमचाच.

मग आता जी निस्तरतेय... ती मी कोण हिची?

असं म्हणायचा अवकाश... निघून जाईल पोराला घेऊन. डॉक्टरीण आहे ना! अनायासे वडिलांचा दवाखाना मिळालाय. आणि हे घर आहेच हक्काचं.

आणि निघूनबिघून गेली तर या पोराचे हाल.

नको गं बाई. त्यापेक्षा गप्प बसावं.

या विचारासरशी माईंचा हात अस्वस्थपणे अभिजितच्या कपाळावरून, गालावरून फिरायला लागला.

"आजी गं, कस्टडी म्हणजे कैद ना?"

त्यानं अवचित विचारलेल्या प्रश्नानं माई दचकल्या.

"आता मी कुठे इंग्रजी शिकलेय बाबा! पण काय झालं रे?"

"आईला माझी कस्टडी मिळाली. म्हणजे मी आईच्या कैदेत आलो की नाही?"

माई गप्पच.

"त्या दिवशी कोर्टात जज म्हणाले, 'बाळ, तुला कुणाजवळ राहायचं आहे? आईजवळ की बाबाजवळ? न घाबरता खरं सांग.' मीपण घाबरलो नव्हतोच. मी काय चोर, स्मगलर, दादा होतो. सिनेमातल्यासारखा? घाबरायला? की फाइटिंग केली होती?

"पण खरं सांगू आजी, आई आणि बाबा मला दोघंही आवडतात. आई रागावते, अभ्यास करायला लावते. पण पहिला नंबर आला की जवळ घेऊन रडते. आणि बाबा तर... एकदम हिरो... कसे ऐटीत कार घेऊन येतात. किती लाड करतात. गोष्टी सांगतात. शनिवारी मला अंधार पडेपर्यंत फिरवतात. पर्वती, चतुःशृंगी, हनुमानटेकडी, बनेश्वर, कात्रजचा घाट. आता पावसात तर आम्ही दोघं खंडाळ्याच्या घाटात जाणार आहोत पाऊस बघायला. मज्जा ना? तर आज्जी, मला दोघंही आवडतात. मला दोघांजवळही राहायला आवडतं. पण हे दोघं एकमेकांच्या जवळ राहत नाहीत. बाबांजवळ राहतो म्हणावं तर आई रडणार. पण

आईजवळ राहतो म्हणालो तर बाबा मुळीच रडणार नाहीत. उलट ते जादू करून मला भेटतील. पण मी बाबांजवळ एकदा का राहायला गेलो असतो ना, तर ही आई कधीच मला पुन्हा भेटली नसती. तिनं तसं सांगितलंच होतं मुळी! उलट बाबा म्हणाले होते, 'बबेराव, इतका विचार नका करू. जे आवडेल तेच सांगा. मी तर भेटणारच तुला कुठेही गेलास तरी!'

"मग बरं का आजी, मी मजाच केली सर्वांची. मी आपलं त्यांना सांगूनच टाकलं की मी दोघांजवळही राहणार. केली ना फजिती? म्हणून पाच दिवस शाळेचे इथे... आईजवळ अन् दोन दिवस सुट्टीचे तिथे... बाबांजवळ. मजा ना?"

बोलता बोलता अभिजित गप्प झाला. आजीच्या मांडीशी गाल घासत म्हणाला,

"आजी, बाबा खूप चांगले आहेत गं! मला खूपच आवडतात. आठवण येते."

माईंनाही रडू आवरलं नाही.

"खरंच सोनू, तुझे बाबा खूप चांगले आहेत." त्या म्हणाल्या.

"मग हे दोघं भांडतात का?"

"भांडतात कुठे? समजुतीनं दूर झालेत. भांडण नाही मुळी. आणि असलंच तर तुझ्यापुरतं त्यांनी ते मिटवलंय पण. ते जाऊ दे. आता चला बघू, आपण घरात जाऊ. अंधार झाला. उद्या सकाळची शाळा. देवाला नमस्कार करा. अभ्यासाला बसा." माई त्याला उठवत म्हणाल्या.

"पण आजी, बाबांचा खाऊ?"

"देईन रे बाळा, देईन हो."

"तू किती छान आहेस गं आजी."

"हं, पुरे बरं. उद्या बाबा भेटले की आजी कुठली न् काय! मला सगळं ठाऊक आहे."

"पण बाबा छान आहेत की नाही?"

"सगळे छान आहेत. पण नशीब छान नाही ना बेटा! ते नशीब असं खेळवतं माणसाला, त्याला काय करणार?"

अभिजित अभ्यासाला बसला. माईंनी स्वयंपाकघरात जाऊन कुकर लावला. अभिजितची खोली, जेवणघर, देवघर, स्वयंपाकघर अशा त्या येरझारा घालत होत्या. अनेक वर्षं ही वेळ, सांजवेळ... कातरवेळेत मिसळणारी... माईंना गिळून टाकत असे. सारा दिवस कसातरी सरायचा. पण ही कातरवेळ... ही कातरवेळ नेहमीच माईंचं मन उदास करायची. पण आज...

आज...

आज हा अभिजित कैद म्हणाला या घराला. खरंच कैदखानाच आहे हे घर!

पूर्वी मी एकटी होते... आता हा अभिजित. पहारेकरी बदलले... पण- शिक्षा एकच.

मनातलं काहीच उकलून दाखवायचं नाही कुणी कुणाला. या घरात अनिरुद्धबद्दल कुणी अवाक्षरानं काही बोलायचं नाही. शनिवारी, रविवारी हे पोर त्या घरात जातं, पण...

तिथलं इथे काही बोलायचं नाही. मित्रांना घरातलं काही सांगायचं नाही.

सगळं त्यानं मनात ठेवायचं. पण का? का ही शिक्षा? येरझारा घालता घालता माईंचं मन विचारात गुरफटून गेलं होतं. दर शुक्रवारच्या संध्याकाळी त्यांचं मन असं अस्वस्थ व्हायचं.

हा अभिजित खरंच अनिरुद्धकडेच जायला हवा होता. हसायचं, खेळायचं वय पोराचं, पण या भीतीपोटी कसा आकसून चाललाय. कोर्टानं दिलं आईच्या ताब्यात. आई डॉक्टरीण... पण पोराचं मन समजू नये?

माई देवासमोर सांजवात लावत होत्या. फुलं वाहत होत्या. मनात अनिरुद्धचा विचार करत होत्या.

किती चांगला आहे. परवा रस्त्यात भेटला, तर गाडी थांबवली, घरापर्यंत पोचवलन्. अगत्यानं बोलला आणि अभिजितला बरं नव्हतं तेव्हा...

तेव्हा तर अमिता घरात नसल्याची वेळ साधून सारखा फोन करायचा, "माई, तुम्हाला त्रास होतोय ना? जागरण होत असणार. काही टॉनिक घेताय का?"

केवढी चौकशी करत होता. इतका चांगला माणूस पण आपल्या पोरीला त्याला समजून घेताच आलं नाही. ही अशी गंभीर, माणूसघाणी आणि तो कसा झळझळीत मनाचा! कसं जमावं यांचं?

पण का जमलं नसेल?

अमिता तरी वाईट कुठे आहे?

पण त्यांच्या मनातला नेमका सल काय असेल कोण जाणे?

माणूस समजणं फार अवघड आहे. सगळा जन्म गेला या घरात! पण डॉक्टर... आपला नवरा... कुठे समजला? आणि अमिता... तर आपली पोटची पोर! तिचं मन कुठे समजलं?

न समजेना? पण संसार केलाच ना आपण? आपलं कुठे जमलं होतं डॉक्टरांशी? केलाच ना संसार? या आत्ताच्या पोरांचं विपरीतच. निदान पोटच्या पोराचा विचार?

म्हणे, त्याला आम्ही काय कमी करतोय? सगळं देतो आहोत. जे देऊ नये ते देत आहात बाबांनो!

आई, बाप असूनही पोरकेपण...

अन् मन मारायची सवय...

विचार करता करता आपसूकच आरतीचं ताम्हण खालीवर होत होतं.

"आजी."

"झाला अभ्यास? चला जेवायला."

"अं ऽ हं!"

"मग?"

"खोलीत चल आधी."

अभिजितनं त्यांच्या हाताला धरून ओढत त्यांना खोलीत आणलं. अभिजितनं त्याची छोटी बॅग भरून ठेवली होती. माउथ ऑरगन-स्टॅंप- अल्बम, नवे कपडे सारं बॅगेत भरून तयार होतं.

"अरे, उद्या ना जाणार तू?" त्यांनी विचारलं.

"हो पण गडबडीत विसरलो तर? बाबांनी ड्रायव्हिंग करायचं अन् मी माउथ ऑरगन वाजवायचा. ठरलंच आहे मुळी! आणि बाबांनी रशिया, युगोस्लाव्हियाचे स्टॅंप्स आणून ठेवलेत माझ्यासाठी. ते लावून देणार आहेत या अल्बममध्ये. माझा अल्बम मग ए-वन होईल."

"अरे बाबा, तुझ्या आईनं ही तयारी बघितली तर? उद्या जाणार अन् आज बॅग का भरलीस म्हणून रागावली तर?"

"आई चिडकू आहे अगदी. बाबा नाही कधी असे चिडत. परवा तर विचारत होते आईबद्दल. आणि आजी परवा एकवीस तारखेला आईचा वाढदिवस होता ना, तर बाबा विचारत होते, आईला वुइश केलंस का? आई आनंदात होती का? एकदा वाटलं होतं की आईला सांगाव्यात आमच्या मज्जा. याम्मा येणार आहे ते पण सांगावं. वुइश करावं. आनंदात आहेस का विचारावं. पण ती जाम भडकते."

बोलता बोलता अभिजितनं बॅगेच्या मागच्या पाकिटात हात घातला. स्लोन्स बामची बाटली त्यातून काढत म्हणाला,

"अगं आजी, विसरलोच होतो. बाबांनी मागच्या शनिवारी ही बाटली दिली होती, तुझ्यासाठी."

"बाटली? कसली?"

"तुझे गुडघे दुखतात ना? बाबा म्हणाले, माईंना म्हणावं झोपताना हलक्या हातानं लावून घ्या बाम!"

माई निःस्तब्ध झाल्या.

"अजूनी लक्षात ठेवलंय यानं?" अभिजितचं बाळंतपण करण्याच्या धावपळीत जडलेलं गुडघ्याचं दुखणं.

मी विसरले. घरात दोन डॉक्टर होते. कुणी लक्ष दिलं नाही.

पण इतक्या वर्षांनी लक्षात ठेवून यानं बामची बाटली पाठवावी?

बाटली टेबलावर ठेवत भरल्या डोळ्यांनी त्या म्हणाल्या,

''लावेन हो राजा, सांग तुझ्या बाबांना. थांब हं. तुझ्या बॅगेत त्या पिशव्यापण ठेव. तळाशी घाल हं. थांब. आणते मी.'' अभिजितची बॅग उघडीच होती. माउथ ऑरगन समोर होता. तो घेऊन त्यानं वाजवायला सुरुवात केली.

''पापा कहते हैं बडा नाम करेगाऽऽऽ' सारं घर त्या सुरांनी भरून गेलं होतं. माईंचं मन आनंदानं विरघळत होतं. माई आतून लगबगीनं चिवडा व शंकरपाळ्याच्या पिशव्या घेऊन आल्या अन् ... अडखळल्याच!

डोळे विस्फारून ते दृश्य बघत दरवाजात अमिता उभी होती. चश्म्यामागचे तिचे डोळे संतापानं पेटले होते. चेहरा रागानं फुलला होता. तिला बघून माई गारठूनच गेल्या. हातातल्या पिशव्या नकळत सुटून खाली पडल्या. अभिजितचा माउथ ऑरगन आपले सूरच विसरला. उघड्या बॅगेचं तोंड आणखीनच उघडं झालं. क्षणापूर्वीचं त्या घराचं चित्र केविलवाणं झालं, निस्तेज!

अमिता हळूहळू आत आली. खाली पडलेल्या चिवडा-शंकरपाळ्याच्या पिशव्या उचलून तिनं बॅगेत ठेवल्या. माउथ ऑरगन, स्टॅंप- अल्बम सारं बॅगेत नीट ठेवून बॅग बंद केली. शांतपणे अभिजितला म्हणाली,

''अभिजित. तुळसाला सांग आणि जेवून घे.''

त्याच्या कपाळावर ओठ टेकवून म्हणाली, ''गुड नाइट.''

अभिजित गेल्यावर खोलीत थंड शांतता भरून राहिली. थकून खुर्चीवर बसत अमिता म्हणाली,

''आई, बैस.''

तिच्या हातात बामची बाटली होती.

''तुला वाटतं आई, या घरात जे चालतं ते मला समजत का नाही? आज त्यानं बामची बाटली पाठवली तुझ्यासाठी तुला खूश करायला. पण त्यांच्याच घरात हॉस्पिटलच्या कामानं थकून मी रात्रभर कण्हायची तर डॉक्टर असूनसुद्धा त्यानं कधी माणुसकीच्या नात्यानं माझी साधी चौकशी केली नाही. का, सांगू? द्वेष! या द्वेषाचं कारण तुला कळणार नाही आई. कारण एकाच व्यवसायातील दोन माणसं एकमेकांचा किती व कसा द्वेष करू शकतात ते तुला समजणार नाही. तुझ्यात अन् बाबांच्यात तो संघर्ष कधी झालाच नाही.''

''द्वेष कशासाठी करेल आपल्या बायकोचा?'' माई म्हणाल्या.

''बरोबर बोललीस. बायकोचा... आपल्यापेक्षा हुशार बायकोचा द्वेष नकळत निर्माण होतो, पण दाखवला जात नाही.''

''का द्वेष करेल तो? तोपण हुशार डॉक्टर आहे!''

"होय आई. पण त्याचा दवाखाना त्याला आपसूक मिळालेला आहे. कुवत नसताना डोनेशन्स देऊन त्यानं डॉक्टरची डिग्री मिळवलेली आहे, हे कुठे माहीत होतं आपल्याला? मी मेरिटवर पास होत गेले. मी माझं स्वतंत्र विश्व निर्माण केलं. शिवाय बाबांचा दवाखाना बंद पडू दिला नाही. स्त्रीरोगचिकित्सक म्हणून नाव मिळवलं. हे त्याला सोसवणार नव्हतं. रात्री-अपरात्री पेशंट्सचे येणारे फोन मला येत होते, त्याला नव्हते. हे बघून तो रात्रभर झोपू शकत नव्हता. त्रास देण्याचे अनेक प्रकार असतात आई... अनेक!

"तू कमी शिकलेली म्हणून बाबांनी तुझा मानसिक छळ कमी का केला? मी बघत होते आई. पण तू घर सोडून जाऊ शकली नाहीस. कारण तू मिळवती नव्हतीस. म्हणूनच मी ठरवलं होतं. लग्न करायचं तर डॉक्टरशी. जो बुद्धीनं, व्यवसायानं जवळचा असेल. पण...

"तरीही नाही. हा द्वेष, हा अहंकार माणसाला खाऊन टाकतो."

माई अचंब्यानं अमिताकडे बघत होत्या, हीच का ती मुलगी होती, जी कधीही बोलत नव्हती? ही त्यांच्याच रक्तामांसाची मुलगी होती. तिला त्यांनी समजून कधी घेतलंच नव्हतं. नवऱ्याचं घर सोडून आली म्हणून दोषी ठरवलं होतं. माई एकटक नजरेनं तिला बघत होत्या. ती बोलत होती प्रथमच अन् माई ऐकत होत्या.

"मी कमी बोलते आई. बाबा तुझा तऱ्हेतऱ्हेनं छळ करायचे. असा छळ की जो बाहेरून दिसणार नाही. पण मी समजू शकत होते! चीड यायची तुझीदेखील. कारण तू दुबळेपणानं सोसत गेलीस. या घरच्या दुखण्यावर डॉक्टर असून, माझ्याजवळ उपाय नव्हता. मी ते सर्व बघून गप्पच झाले. पण तोच मानसिक छळ माझ्या संसारात सुरू झाला आणि मी उपाय शोधला. अनिरुद्धची दुष्ट प्रवृत्ती वाढण्याआधीच मी ते घर सोडलं. इथे आले. पण छळ संपलेला नाही."

"छळ? या घरात तुझा छळ कसला?"

"प्रश्न तुझा नाही आई. कधीच नव्हता. आता कायद्यानं सुट्टीचे दोन दिवस अभिजितचे त्या घरात जातात. पाच दिवस इथे मी जे त्याला वळण लावते, ते त्या दोन दिवसांत विस्कटून जातं, टाकलं जातं. मुद्दाम हे लाड, ही याम्मा, हे व्हिडिओ या साऱ्यांच्या मागं हेतू लाड करण्याचा नाही केवळ, तर या मुलाचं मन अशा गोष्टीतून जिंकून घेण्याचा हा प्रयत्न आहे. या लाडानं तो केवळ बिघडणारच नाही, तर या सर्व गोष्टी या लहानवयात आपसूक मिळत गेल्या तर... कष्ट करण्याची त्याला गरजच वाटणार नाही. मी त्याचा अनिरुद्ध होऊ देणार नाही आई! माझं सर्वस्व तर गेलंच. आता हा माझा मुलगा मला असा वाया घालवायचा नाही."

बोलण्याचा आवेग सहन न होऊन अमिता रडायला लागली. माईंना हे अनपेक्षित होतं. तिला शांतवत म्हणाल्या,

"मग त्याला पाठवू नकोस."

डोळे पुसून अमिता खिन्न हसली.

"अनिरुद्धनं या मुलाला जन्म देण्याचं पुण्य कृत्य केलं आहे. कायद्यानं त्याचा हक्क आहे या मुलावर, तो मी नाकारू शकत नाही. पण मी एक निर्णय घेतलाय आई. अभिजितसाठी डेहराडूनच्या स्कूलमध्ये मी ॲडमिशन घेतलीय. पुढच्या वर्षी तो तिथे जाईल?"

"इतक्या दूर?"

"होय आई. तिथे तो विद्यार्थी म्हणून वाढेल. जे जे चांगलं, ते ते शिकेल. पोहणं, खेळणं, रायडिंग, ट्रॅकिंग, शूटिंग अन् अभ्यास. आम्हा दोघांच्या ओढाताणीत त्याच्या भावनांशी जो खेळ खेळला जातोय तो आधी थांबला पाहिजे. कुणावर प्रेम करायचं अन् कुणाला दूर ठेवायचं ते त्याचं तो ठरवेल. मनानं, शरीरानं निरोगी होऊन सुट्टीत तो इथे येईलच. अशा विसंगत संसारात दुखावली जातात ती मुलं अभागीच! आज मी त्याला डून स्कूलला पाठवू शकते मला शक्य आहे म्हणून. पण कितीतरी मुलं अशी लहानवयातच मनोरुग्ण बनतात. त्यांचं कसं होत असेल? असं मनोरुग्ण होण्यापेक्षा तो तिथे मुलांच्या, निसर्गाच्या संगतीत वाढू दे आई."

रडणाऱ्या माईंना जवळ घेऊन अमिता म्हणाली, "तुझं दुःखं मला समजतं आई. अभिजित तुझा विरंगुळा आहे. पण आई, विरंगुळा म्हणजे जीवन नव्हे. जीवन म्हणजे काय हाच तर खरा प्रश्न! प्रत्येकाचाच. तूही शोध घे. अजूनी वेळ गेलेली नाही. आमच्या खस्ता काढण्यात तुला विरंगुळा वाटतो. पण ते खरं नव्हे. त्या पलीकडेही काही आहे. बघ ना शोधून. आणि कुणी नसेल, तरी मी आहेच ना तुझ्याजवळ! चल, जेवू या."

अमिता आत गेली.

बागेतला झोपाळा वाऱ्याच्या झुळकेनं हालत होता.

मागं... पुढं... पुढं... मागं.

आज प्रथमच त्याला असं स्वतः झुलताना माई बघत होत्या. डोळे भरून आले होते.

◆

तिठा

समोरच्या पडद्यावरची बाई डोळे मोडत, माना हालवत नाचू लागली. सभोवताली कडे करून उभी असणारी माणसं, ढोलकं, पेटीच्या तालावर, पटक्याआड लपलेल्या कानांवर हात ठेवून साथ देऊ लागली तशी साऱ्या थिएटरमधून शिट्ट्या घुमायला लागल्या. नाणी फेकल्याचा आवाज येऊ लागला, तसा शेजारी बसलेल्या रंगनाथचा हात सावित्रीच्या खांद्यावरून हळूहळू पुढं सरकू लागला. डाव्या बाजूच्या गालाकडे त्याच्या गालाचा स्पर्श झाला. तशी सावित्री चमकली. कावरीबावरी झाली. अंधारातच तिनं बावरून त्याच्याकडे बघितलं. त्या काळोखातसुद्धा त्याचे डोळे चमकत होते. पडद्यावरच्या बाईकडे बघण्याऐवजी रंगनाथचे डोळे सावित्रीवर खिळले होते. त्या तांबूस डोळ्यांमधल्या विचित्र जाणिवेनं सावित्रीच्या काळजाचा ठोकाच चुकला. त्या अंधाऱ्या थिएटरमध्येसुद्धा तिच्याकडे बघणाऱ्या रंगनाथचे डोळे आणि विचकटलेले दात तिला स्पष्ट दिसले. सावित्रीनं अंग चोरून घेतलं. खुर्चीतल्या खुर्चीत ती उजव्या बाजूला सरकली. पलीकडच्या खुर्चीवरचा खांदा, तिच्या खांद्यावर जरा कलला.

"आता शिनेमा संपला की विजय लॉजवर रात काडू आनी फाटंच्या गाडीनं गाव गाठायचं? कसं?"

इतकं बोलून रंगनाथ समोरच्या पडद्याकडे लक्ष देऊन बघू लागला.

सावित्रीला भरल्या पडद्यावरचं काहीच दिसेना.

विजय लॉज?

रातभर या रंगनाथसोबत तिथे राहायचं?

गावाकडनं निगताना तर असं कायच ठरलं नव्हतं.

आई-बाबा काल अडगुळ्याला गेलं. दादा, वैनी यल्लूबाईच्या डोंगराला जाऊन आठ दीस झालं. तवापासनं हा रंगनाथ शिनेमाला चल म्हनत हुता. दोपारचं जाऊन सांजच्या एस.टी.नं परत येऊ म्हनत हुता. आन् आता ह्यो रात काडायची गोष्ट बोलतूया. ह्येच्या मनात असलं पाप? आपला बालपनीचा, जिवाभावाचा मैतर. त्येच्याशी दोन गोष्टी बोललं की मन कसं हलकं हुतं. थकलेल्या जिवाचा शिणवटा निगून जातो. आजचंच नव्हं, तर बालपनापासून त्येच्या संगतीतले दीस कसे पाकरागत शेतातून भिरभिरत उडून जायचे. आन्...

"आन् आज ह्येचं असलं बोलनं?"

सावित्रीची बोटं अस्वस्थपणे खुर्चीच्या हाताशी चाळा करत होती. डोकीवर पंखा गरगरत होता. त्यापेक्षाही सावित्री एका विचित्र आवर्तात गरगरत होती. पंख्याच्या वाऱ्यानं थंड झालं नसेल, इतकं थंड, बधिर तिचं मन झालं होतं. रंगनाथबरोबर चोरून सिनेमाला जाण्याच्या कल्पनेनं मनात उसळलेली एक लाट आता पार ओसरून गेली होती. त्या जीवघेण्या अस्वस्थतेनं तिला पुन्हा पूर्ण घेरून टाकलं होतं.

पडद्यावरची स्त्री व पुरुष मोठमोठ्यानं हसत होते. पापणीच्या कोपऱ्यातून तिनं रंगनाथकडे बघितलं. तो रंगून जाऊन, समोरचं दृश्य बघत होता. सावित्रीनं हळूच दरवाजाकडे बघितलं. काळ्या पडद्यामागच्या किलकिलत्या उघड्या दरवाजातून, बाहेरचा प्रकाश दिसला. दरवाजा उघडा होता. पाच-सहा खुर्च्या ओलांडून गेलं की ती दरवाजाकडे पोचणार होती. तिनं मनाचा निश्चय केला.

"आलो हं का!" असं पुटपुटत ती उठली.

ती उभी राहिली; तशी मागच्या रांगेतली माणसं ओरडू लागली.

"अगं बस बस" म्हणणाऱ्या रंगनाथकडे लक्ष न देता, तिनं नेटानं त्या खुर्च्यांची रांग पार केली. काळा पडदा सारून ती बाहेर आली. बाहेरचं रखरखीत ऊन तिला आपलंसं वाटलं. इथे तिथे न बघता ती चालत सुटली. रंगनाथ पाठोपाठ उठून आला तर? या भीतीनं तिनं थिएटरजवळच्या सरळ रस्त्यानं न जाता, कडेच्या बोळातून चालायला सुरुवात केली. आता हा बोळ कुठे संपणार ते माहिती नसताना ती चालतच राहिली. नाहीतरी आजवरची तिची वाटचाल अशीच होती.

दुपारी दोनच्या उन्हात, ती तो अनोखा, चिंचोळा बोळ तुडवत होती. शहर-गावच्या या रस्त्यानं आता आपण गावच्या रस्त्यापर्यंत पोचणार कसे, या विचारानं आलेला हुंदका तिनं काळजात घट्ट आवरून धरला होता. खाली मान घालून ती झपाझप चालत होती. जन्माला आली, जमिनीवरून पावलं चालायला लागली, तेव्हापासून हे इतकंच ती करत होती. समोर पसरलेल्या रस्त्यानं चालत होती. आजच्यासारखी! कुणी वाट दाखवत होतं, कुणी वाटा वळवून पाठमोरं होत होतं,

कुणी चुकीची वाट दाखवत होतं—

सावित्री फक्त चालत होती. असं हे कुठवर चालणार होतं?

या जीवघेण्या विचारानं ती कासावीस होत असे. एका विचित्र बेचैनीनं तिला नेहमी घेरलेलं असे. त्याच बेचैनीनं ती आताही चालत होती.

'हा रंगनाथ एरवी किती प्रेमानं बोलतो!'

बालपनीचा मैतर-

पण आता बालपण कुठे उरलं होतं?

सगळंच कसं उलटंपालटं होऊन गेलं होतं.

बालपणीचा बाबा, दादा, रामा सगळे बदलले होते.

मग रंगनाथ तरी कसा तसाच राहणार?

गावात इतकी माणसं! पापी नजरेची. शेतातनं, उसाच्या फडातनं, नदीकाठानं सापागत कशी वळवळत पाठीमागनं फिरत्यात?

त्यास्नी भिऊन, जपून जगावं लागतं.

हा रंगनाथ त्यातला नसल असं वाटलं होतं.

आपला सांभाळ करनारा, जीव लावनारा... रंगनाथ!

त्येच्या मनात पाप यावं?

मग कुनावर इस्वास ठेवायचा?

ही दुनिया अशी हात धून पाठीमागं का लागलीय?

अशी खाई सभोवती पेटली असताना...

दीस कशे निबवून काडायचे?

वाट चालणाऱ्या सावित्रींच्या मनात विचारांनी डंख मारला होता. अचानक ती एका मोठ्या रस्त्याला लागली. रस्त्यावरून वाहनं धावत होती. हा रस्ता कुठे जाणार?

डावीकडे वळावं की उजवीकडे?

एक बस उजव्या बाजूला वळून गेली. सावित्री मग त्या बसच्या मागून जाऊ लागली. हळूहळू पायाची गती, पाठीमागून येणाऱ्या रंगनाथाची भीती कमी झाली आणि ज्या रस्त्यावर ती पोचली होती, तो रस्ता तिला जरा ओळखीचा वाटू लागला होता. लहानपणापासून बाबाबरोबर शेतातल्या शेंगा, भाजीपाला विकायला म्हणून, ती शहरात येत होती. शहराच्या सुरुवातीलाच जिथे बस थांबत असे तिथे उतरून, बाबापाठोपाठ डोकीवर ओझं घेऊन, ती बाजारात जात असे. भाजीपाल्याला भाव चांगला आला तर बाबा गोळ्या, आइसफ्रूटची कांडी तिला घेऊन देत असे.

पण तो रस्ता वेगळाच होता आणि आज... आज रंगनाथनं दाखवलेला रस्ता तर फार वेगळा होता आणि सावित्री आज प्रथमच आपला रस्ता आपण शोधत होती.

आज वाट दाखवणारं कुणी नव्हतं की कुणाच्या मागून ती चालत नव्हती. कधी मैत्रिणी, कधी बाबा, कधी नारायण... सखाराम... कुणी ना कुणी... तिला वाट दाखवत असे. विश्वासानं त्या वाटेनं चालावं तर समोरचं माणूसच नाहीसं होत असे. त्यानं वेगळीच वाट गाठलेली असे आणि हतबद्ध सावित्री, भित्र्या सशासारखी, हरणाच्या काळजानं भिरीभिरी होत असे.

बर्‍याच वेळानंतर सावित्रीच्या लक्षात आलं की, चालता चालता तिनं शहरगाव ओलांडून गावाबाहेरचा रस्ता गाठला होता. दाट झाडीखालून जाणारा लांबसडक काळाभोर डांबरी रस्ता, त्या सभोवतीची माळरानं, त्यामागच्या टेकड्या ओळखीच्या वाटत होत्या. चुकून का होईना, ती तिच्या गावच्या रस्त्याला येऊन लागली होती. उंबराच्या झाडाखालचं बहिरोबाचं देऊळ बघताच तिला खात्रीच पटली. दुरूनच तिनं देवाला हात जोडले.

आपल्याला आनंद झालाय की दु:ख तेच तिला समजत नव्हतं. थोडं पुढं चालून गेल्यानंतर गावाकडे वळणारं वळण लागणार होतं. हा सरळसोट डांबरी रस्ता तसाच मग पुढं जाणार होता. झपाझप पावलं उचलत सावित्रीनं ते वळण गाठलं. या वळणाला बहिरोबाचा तिठा म्हणत. त्या तिठ्यावर येताच सावित्रीचा साचलेला धीर सुटला. एक भलं मोठं झाड बघून तिनं त्या झाडाचा आडोसा घेतला आणि बसकण मारली. चालून चालून पायात गोळे आले होते. सिनेमा थिएटरच्या अंधाऱ्या जागेत तिचा जीव गुदमरला होता. रंगनाथच्या अचानक अवचटपणानं डोक्यात संताप मावत नव्हता. त्या झाडाला पाठ टेकून बसताच सावित्रीच्या मनाचा बांध कोसळला. डोळ्यातले माठ दरदरून गालांवरून ओघळू लागले. मनाची तगमग वाढू लागली. त्या जीवघेण्या अस्वस्थ वेदनेनं सावित्रीला पुन्हा विळखा घातला. शेवटी हे सारं कधी संपणार होतं?

हे सारे भोग भोगण्यासाठीच का जन्म होता? सावित्रीची नजर त्या तिठ्यापासून वेगळ्या झालेल्या तीन रस्त्यांवरून सैरभैर फिरत होती. त्या तीन रस्त्यांना जोडणाऱ्या तिठ्यावर ती बसली होती. त्या तिन्ही रस्त्यांशी तिचं जिवाभावाचं नातं होतं. पण त्यातल्या एकाही रस्त्यानं तिला मनापासून साथ दिली नव्हती. रस्ते तिचे नव्हते, ना त्या रस्त्यानं पलीकडे गेल्यावर भेटणारी माणसं तिची.

'मग आपलं कोण?'

या विचारानं सावित्री दचकली. हा तिठा? ही तिन्हीसांज? कातरवेळेत मिसळणारी. आता कोणत्या रस्त्यानं जावं?

मागं वळावं तर रंगनाथ वाट बघत उभा असेल. समोरचा रस्ता... पार सखारामच्या गावी नेणारा.

सखाराम!

ज्या नावानं कधी हळदीचा रंग अंगावर चढला अन् गोल गोऱ्या मनगटांना हिरव्या रंगानं सजवून, जिवाला मोहरून जायला लावलं.. तो सखाराम!

कुठे गेलाय देवच जाणे! तो रस्ता, ते गाव, ते सखारामचं घर...

कधी लाजऱ्या नजरेत आपली छबी उमटवून गेलेलं... ते सारं...

तिठ्यावर बसलेली सावित्री आज कोरड्या नजरेनं बघत होती.

बाजूचा रस्ता तिच्या गावी जाणारा. तिथे तिचं बालपण गेलं होतं. आई, बाबा, दादा, रामा आणि गाव यांच्या संगतीनं ती थोर झाली होती. ते गाव, ते घर, जिथून ती रंगनाथासोबत आज सिनेमा पाहायला निघाली ते गाव नदीनं वेढलेलं. हिरव्यागार डोंगरशिवारात अचूक वसलेलं... सावित्रीचं गाव... अन् डोंगर-उतारावरचं तिचं ते घर. लहानपणापासून लाडाकोडात त्या घरात वाढलेली सावित्री! त्या घराच्या आठवणीनं सावित्रीला हुंदका फुटला. ते आपलं घर... हा सखाराम भेटल्यापासून आणि थोरली वहिनी घरात आल्यापासून कसं परकं झालंय. त्यापूर्वी? त्यापूर्वीची लहानगी सावित्री त्या घरची राणी होती. नामदेव पाटलाची एकुलती एक लाडाची लेक! वटसावित्री दिवशी जन्माला आली म्हणून नामदेव पाटलानी तिचं नाव 'सावित्री' ठेवलं होतं. अख्ख्या शिवारातनं, माळावरनं सावित्री भिरभिरत असे. परकर, झंपर, तोरड्या सावरत चालणारी सावित्री बघून नामदेवाच्या डोळ्यांतलं कौतुक ओसंडून वाहत असे. तिचं गोरंगोमटं, वाढतं रूप बघून मायबाईच्या चुलीतून रोज सांजेला मिरचीचा डोंब तडतडत, घरभर फिरत असे. कधी नदीकाठावर, तर कधी रामाच्या पाळीवर खेळण्यात सावित्री रमली की, शोधायला थोरला दादा, नाहीतर रामा धावत असे!

गुडघ्यावर हनुवटी टेकवून बसलेल्या सावित्रीला देऊरवाडीतलं सारं बालपण आठवत होतं. वडा-पिंपळाच्या झाडांवरून चढणाऱ्या उतरणाऱ्या ऊन-सावलीसारखं तिचं बालपण सरसरत मागं सरलं होतं आणि त्याच वळणावर सखाराम तिला भेटला होता. तो दिवसच का? त्यानंतरचे सगळेच दिवस कसे लख्ख आठवत होते.

गौरी बसलेल्या रात्री सारी देऊरवाडी झिम्मा-फुगडीच्या तालावर डोलत असे. अशाच रात्रीच्या जागरणानं सावित्री सुस्तावून आईच्या वाकळीत शिरली होती. मांजरीसारखी वाकळीच्या उबेनं सुखावली असतानाच बाबाची हाक कानात शिरली.

"सावाक्का, अगं सावाक्का, उट उट लवकर."

बाबा एवढं बोलूनच थांबला नाही, तर त्यानं एकच गडबड उडवून दिली. पलीकडच्या आळीतल्या पार्वतीआक्काचा लांबचा भाचा गणपतीनिमित्त गावात आला होता. मिल्ट्रीतला उंचापुरा धिप्पाड सखाराम सावित्रीच्या बाबाला जावई म्हणून एकदम आवडला होता. तशा गडबडीतच सावित्रीनं सखारामला बघितला.

नाही, होयचा प्रश्नच नव्हता. स्वत:चं घर, शेतीवाडी, राबून खाणारे तीन भाऊ, गोठाभर गाई, बैल, मिल्ट्रीची नोकरी. जवान गडी. आणखी काय हवं होतं? गणपतीला पाहुणा म्हणून आलेला सखाराम गावचा जावईच झाला होता. साखरपुडा, हळद, लगीन आणि लग्नाची नवलाई यात सावित्री खडीसाखरेसारखी विरघळून गेली होती. मागं सरलेलं बालपण देऊरवाडीत ठेवून, सावित्री सखारामच्या घरात नव्या नव्हाळीनं वावरत होती. धाकटे दीर पुढं पुढं करत होते. सखारामच्या डोळ्यांमधल्या जादूनं सावित्री भारावून गेली होती. घरात सखारामची विधवा काकू मात्र येता-जाता, घालूनपाडून बोलायची. सखाराम रजेवर होता, तोवर ठीक होतं. तो गेल्यावर काय होणार या कल्पनेनं सावित्रीनं त्याला बिलगून विचारलं होतं,

"रजा वाढवून घ्या जी. आत्यासाबांची लई भीती वाटतीया."

त्यावर मोकळं हसून सखाराम म्हणाला,

"ती काय खाती का काय?"

तरीपण तो अलीकडे गप्प असतो की काय असं सावित्रीला वाटत होतं. उगीचच.

"सावित्री सामान बांधून घे. आपून चार दिवस शहरगावात जाऊन येऊ. तितनंच तू म्हायेरास जाऊन येशील म्हनं."

सखाराम अचानक एके सकाळी म्हणाला.

शेहरगावात आन् म्हायेरास बी?

या विचारानं हरकलेल्या सावित्रीनं आणखी काहीच न विचारता भराभरा पिशवीत लुगडी-पोलकी भरली. आत्यासाबांना नमस्कार करून, ती सखारामच्या पाठोपाठ शहरगावाच्या एस.टी.त बसली. तसा तिचा जीव सुपाएवढा झाला होता. एस.टी.नं भरारणाऱ्या वाऱ्यानं जिवाचं पाखरू झालं होतं. ते चार दिवस सखारामनं तिचे परोपरीनं लाड केले. त्या चार दिवसांच्या प्रणयात वेगळाच कैफ होता. विजय लॉजवरच्या त्या खोलीत, आत्यासाबांची भीती नव्हती. दिरांमुळे वाटणारा संकोच नव्हता. सखारामनं त्याची बदली झालेल्या काश्मीर गावाच्या कथा सांगून तिला आश्चर्यचकित करून सोडलं होतं. ते बर्फानं भरलेले डोंगर, थंडगार पाण्याच्या नद्या, त्या फुलांच्या बागा यांच्या कथा ऐकून सावित्री भारावली होती.

देऊरवाडीत पाठवण्यासाठी सखाराम तिला घेऊन स्टँडवर निघाला, तेव्हा सावित्रीचा जीव जड झाला होता.

"परत कवा नेचीला? लवकर या हं का. आता माजा जीव देऊरवाडीत गमणार न्हाई. येचीला न्हवं?"

तिनं दहा वेळा तरी हा प्रश्न सखारामला विचारला. तो नुसता हसत होता. गाडी सुटताना त्यानं पन्नास रुपयांची नोट तिच्या हातात ठेवली. बसनं वळसा घेऊन स्टँड सोडला, तरी सखाराम दिसेनासा होईपर्यंत ती हात हालवून त्याला निरोप देत होती.

डोळे पाझरत होते.

नव्या नव्हाळीची सावित्री माहेरात कौतुकात नहात होती. या गल्लीतून त्या गल्लीत जाऊन, कुणाच्या ओसरी, माजघरात बसत होती. सखारामचा विषय कुणी तरी काढतच असे. त्या गप्पांत रंगून जायला सावित्रीला मनोमन आवडतही असे.

"सावाक्का दीड म्हैना झाला येऊन. माघारी जायचं न्हवं?" बाबानं विचारलं.

"त्येनी न्यायला येतो म्हनालेत. रजा सोपता सोपताना त्ये येनार हायती." या उत्तरानं बाबाचं समाधान झालं, पण सावित्रीच्या जिवाला घोर लागला.

'चिट्ठी लिव्हणार होते. मग?

का नसल लिव्हली?

रजा तर पंदरा दिवसांचीच होती. आता बाबा म्हंतोय दीड म्हैना झाला. काय झालं असल? का आत्यासाब?'

या विचारानं सावित्री दचकत होती. उदास होत होती. घरातूनच आत-बाहेर करत होती.

"का जी आक्कासाब? जीव गमना की काय? व्हय! काश्मिराची रानी, देऊरवाडीत कशी रमणार?"

थोरल्या वहिनीनं टोचलं. बाबासंग जावं का सासरी? पण हे बोलायचं कसं? पण सावित्रीला बोलावं लागलंच नाही. आणखी चार दिवसांनी सदोबा पोस्टमन भला मोठा लखोटा घेऊन सावित्रीला शोधत आला. पोस्टमन आणि लखोटा बघून सारी गल्ली नामदेव पाटलाच्या ओसरीवर जमली. अंगठा उठवून सावित्री उंबरठ्याच्या आत दाराच्या आड तिरपी उभी राहिली. लखोटा उघडून दाखवत सदोबा पोस्टमन म्हणाला,

"अगा गा, नामादा, पोरीचा घात झाला रं गड्या!"

"घात? काय... काय झालं? बोल बोल लवकर."

"आरं, पोरीला सोड दिलीय तुज्या जावयानं? त्याची नोटीस हाय ही वकिलानं धाडलेली!"

"सोड? सोड काय म्हून? गुन्हा तरी काय पोरीचा?"

थोरला दादा गुरगुरला.

"दाद्या, अरं गुन्हा ह्योच की ती पोर हाय. वापरली चार दीस आन् नको झाली तशी लिवलंय वाईट चालीची! न्यायच हाय दुनिवेचा."

पिशवी आवरत सदोबा बोलत होता. उंबऱ्याआत निश्चेष्ट पडलेल्या सावित्रीला ते काहीच ऐकू आलं नव्हतं.

गावच्या पंच माणसापाठीमागून जाणारी सावित्री बधिरलेली होती. थोरला दादा अवसानात होता. बाबाची पावलं जड झाली होती. रामा गप्प होता.

या समोरच्या रस्त्यावरूनच सर्वांसोबत पुन्हा एकदा सावित्री सखारामच्या गावी पोचली होती. गावाची वेस ओलांडून. जरा मागच्या बाजूला असलेल्या सखारामाच्या घराच्या अंगणात पोचली आणि सावित्री दचकली. हातात कोराकरकरीत चुडा ल्यालेली, हळदीच्या रंगानं रंगलेली, काळी ठुसकी पोर अंगण झाडत होती.

"धाकल्या दाजिबाचं लगीन बी झालं? न कळवता?" मी ह्या घरची थोरली सून... सावित्री ताठरून उभी होती. त्यांना बघून दोघं दीर पुढं झाले. जांभळाच्या झाडाखाली घोंगडं अंथरू लागले तोवर आत्यासाब आतून बाहेर येत कडाडली,

'नारायेन, घोंगडी कशापायी हातरतोस? ते कोन आपले? सोयरे का धायरे?"

या हल्ल्यानं सारेच स्तब्ध झाले. धीर धरून बाबाच मग ओशटवाणं हसत म्हणाला,

"असं का जी इनबाय? ही पोर तुमच्या वटीत घातलीया न्हवं? मागारी लावून द्यायला आलूया. काय चुकी असल तर पोटात घाला."

"तुमची पोरगी मागायला पालकी घेऊन आमी आलू न्हवतो. माझा भोळा पोर... गणपतीला म्हून मावशीकडे आला... आणि तुमी त्येला जावई करूनच लावून दिलासा... गळ्यात बांदलीसा... ही गावभवानी." आत्यासाब हात नाचवत म्हणाल्या.

"तुमचा पोरगा काय खुळा कावरा नव्हता. त्येनं पोरगी पास केली, तवाच सुपारी फुटली न्हवं? आता झालं त्ये झालं. लगीन हाय ते. जल्माची गाठ. या पोरीची चूक सांगा. मापी करा. भांडान कशापायी वाडवायचं?" दादा म्हणाला.

"पोरगी ज्येनं पास केली, त्यो गेला नोकरीवर निगून. म्या साफ म्हनालो तेला की ही सून मला नगं. मी तिला या घरात नांदवणार न्हाई."

"पन् का म्हून?"

"मर्जी माजी! माज्या घरात मी कुनाला घ्याचं ती माजी मर्जी! म्हणूनच..."

तिनं बावरून कडेला उभी राहिलेल्या, त्या काळ्या, ठेंगण्या पोरीचा चुडा ल्यालेलं मनगट ओढून म्हटलं,

"म्हनूनच ही माज्या भावाची पोर, सखारामाशी लगीन लावून आणलीया म्या, माज्या घरात."

खाली मान घालून उभ्या असलेल्या त्या मुलीकडे सारे एकटक बघत होते. कुणाच्या तोंडून शब्दच उमटेना. तिच्या मनगटावरच्या चुड्याचे तास चमकत होते. सावित्रीचा चुडा काळवंडून गेला होता.

"हे लग्न कायदेशीर नाही. आम्ही कोर्टात जाऊ." सरपंच कसेबसे बोलले.

"अरे जा कोर्टात. समद्या दुनियेचाच कायदा उलटा झालाय. आम्हाला कायदा सांगतोय. जाताना सखारामनंच वकिलाचा कागूद धाडलाय न्हवं? काय करता ते करा. चल गं घरात."

नव्या सुनेचा हात धरून आत जाणाऱ्या आत्याबाईला अडवून रामा म्हणाला,

"का? पाटलाची पोर हाय. दोन भाऊ हायसा. गोरी गोमटी हाय. उजवा की लग्नाच्या बाजारात. आनी जड झालीच असल, तर सोडून जावा हितं. गोठ्यात मस्त गाई-बैल हाईत. शेण-गोठा करत... काडू दे दीस... व्हय. उगीच नांदवली न्हाई म्हनशील, म्हून सांगतो."

जांभळीच्या हालत्या पानासारखी सर्वांची मनं हालली होती. दादा, रामा ताठरले होते. बाबा सुन्न झाला होता. कुणीच बोलत नव्हतं. घसा खाकरून सरपंच म्हणाले,

"नामादा, कोर्टकचेरीचं काय खरं न्हाई. बक्कळ पैसा वतून तरी काय फायदा? हिच्या नवऱ्याला नोटीस पाठवायची, तर पत्ता दिकून न्हाई. ही मानसं अशी आडगी. पोरीचं लई वाईट झालं."

"अजून लग्नाचं रिणच फिटंना मग कोर्टकचेरी कुठनं करायची? हे बघ सावाक्का, दिल्या घरातच मरायचं. चुलीतलं लाकूड चुलीत जळूस पायजे. तू ऱ्हा हितं. आज ना उद्या सखाराम येईल. जाब विचार त्येला. तुझा मारग् तू ठरव."

रामा म्हणाला. बाबानं तिला जवळ घेतलं. पाठीवरनं हात फिरवला आणि सारे पाठमोरे झाले. सखारामच्या अंगणात, जांभळीच्या झाडाखाली सावित्री उभी होती एकटीच. तिनं घराकडे बघितलं. नव्या सुनेला आत घेऊन आत्याबाईनं दरवाजा बंद करून घेतला होता. दीर पसार झाले होते. गोठ्यात गाई, बैल रवंथ करत होती. एक चीड सावित्रीच्या मनात उसळून आली. मोठ्यानं ओरडावं, रडावं असं वाटलं. डोळ्यात संताप उसळून आला.

पण ती मुकाट्यानं बाबा, दादा, रामाच्या पाठीमागून देऊरवाडीला आली. तिच्याशी कुणीच बोललं नाही. माघारी परत आलेली सावित्री म्हणून घरदार तिला परकं झालं. नदीवर पाण्याला गेली की पोरं शिट्ट्या घालू लागली. ऊस भांगलताना जवळपास होणाऱ्या खसखस आवाजानं ती धास्तावू लागली. विचार करून करून तिचं मन जडशीळ झालं होतं.

"आक्कासाब, ऱ्हानार इथे तर ऱ्हावा पन आमच्या सौंसाराकडे नजर काढून बगू नगासा. सांगून ठेवतो." वहिनी म्हणाली.

तिची आठवड्याची मजुरी रामा परस्पर काढून घेऊन स्वतःच्या लग्नाची तयारी करू लागला.

"सावाक्का, अशी तिनीसांजची आमच्या घरला येऊ नगंस, बाई-बापई मान्सं घरी असत्याल. व्हय. उगीच माज्या सौसाराला आनी जाळ नगं." शेजारीण म्हणाली,

"पाटलाच्या घरातल्या पोरी जळून मरतील, पून पाट लागणार न्हाय."

बाबा ओसरीवर बोलत व्हता. दोन सुनांच्या हाती संसार देऊन आई यल्लूबाईच्या

डोंगराला फेऱ्या घालत होती.

'सत्यवानाची सावित्री चालली रं!'

तालीम कट्ट्यावरची पोरं 'जी जी'चा सूर लावून पोवाडा रचत होती. या साऱ्या वणव्यात सावित्री भाजून निघत होती. आधार होता तो रंगनाथच्या दोन शब्दांचा. तोच एक तिची मायेनं विचारपूस करत होता. चांदणं शिंपून जात होता. आणि आज त्यानं हे असं वागावं?

तिठ्यावर बसलेल्या सावित्रीचं मन तिन्ही रस्त्यावरून भिरभिरून पुन्हा आजच्या प्रसंगाजवळ आलं.

सखाराम काय आन् रंगनाथ काय... कुनीच खरं न्हाई. जो तो ज्येचा त्येचा स्वार्थ बगनारा.

हे तीन रस्ते, त्या पलीकडची घरं... मानसं

हा तिठा...

समदं खोटं.

खोटं?

मंग खरं काय?

खरं हाय आपलं नशीब आन् भोगवटा, जो भोगूनच संपनार.

सखाराम उद्या परत आला तरी, रंगनाथबरूबर शिनेमा बघितला तरी, भोगवटा बदलणार नाही. तो खरा भोगवटा भोगूनच संपनार.

भोगूनच...

सावित्रीच्या भरल्या डोळ्यांना एस.टी.चे दिवे मागच्या रस्त्यानं येताना दिसले. तिनीसांज गच्च झाली होती. पदरानं तोंड, डोळे पुसून सावित्री उठली. डोकीवरचा पदर नीट केला. तिला बघून एस.टी. खडखड करत थांबली. कंडक्टरनं दरवाजा उघडला.

"कुठे जायचंय बाई?"

"देऊरवाडी."

"चला, चढा लवकर." तिला आत घेऊन दरवाजा बंद करत कंडक्टर म्हणाला. आत चढलेल्या सावित्रीला समोरच बसलेला रंगनाथ दिसला. त्याच्याकडे न बघता सावित्री पुढच्या सीटवर जाऊन बसली. चोळीच्या दंडातून दोन रुपये काढून कंडक्टरला देत म्हणाली,

"देऊरवाडी, एक."

◆

www.ingramcontent.com/pod-product-compliance
Lightning Source LLC
Chambersburg PA
CBHW030339030726
47499CB00003B/843
* 9 7 8 8 1 7 7 6 6 1 7 1 2 *